विध्वंसाच्या वेदीवर चढण्याआधी...

नीरजा यांचे प्रकाशित साहित्य

कविता
निरन्वय (१९८७)
वेणा (१९९४)
स्त्रीगणेशा (२००३)
निरर्थकाचे पक्षी (२०१०)
मी माझ्या थारोळ्यात (२०१५)

कथासंग्रह
जो दर्पणी बिंबले (२००१)
ओल हरवलेली माती (२००६)
पावसात सूर्य शोधणारी माणसे (२०१२)
अस्वस्थ मी, अशांत मी (२०१८)

ललितलेखन
बदलत्या चौकटी (२००७)
चिंतनशलाका (२०१०)

संपादन
निद्राहीन रात्रीच्या कठोर कातळावर (२०११)
    (निवडक रजनी परुळेकर)
कविता मुंबईच्या (२०११)

विध्वंसाच्या वेदीवर चढण्याआधी...

नीरजा

पॉप्युलर प्रकाशन, मुंबई

विध्वंसाच्या वेदीवर चढण्याआधी...
(म-१३३१)
पॉप्युलर प्रकाशन
ISBN 978-81-955127-2-0

VIDHWANSACHYA VEDIVAR
CHADHANYAADHI...
(Marathi : Poerty)
Neeraja

© २०२२, नीरजा

पहिली आवृत्ती : २०२२/१९४३

मुखपृष्ठ : अन्वर हुसेन

प्रकाशक
हर्ष भटकळ
पॉप्युलर प्रकाशन प्रा. लि.
३०१, महालक्ष्मी चेंबर्स
२२, भुलाभाई देसाई रोड
मुंबई ४०००२६

अक्षरजुळणी
ऑलरीच एंटरप्रायझेस
माहीम, मुंबई ४०००१६

मुद्रक
रेप्रो बुक्स लि.
लोअर परेल, मुंबई ४०००१३

माझ्या कवितेबरोबर वाढतानाच
तिला जपणारी माझी लेक अनीहा
आणि तिचा जोडीदार अर्जुन
यांस

आभार

डॉ. रामदास भटकळ

हर्ष भटकळ

डॉ. आशुतोष पाटील

अस्मिता मोहिते

मेघा भगत

उमा नाबर

अन्वर हुसेन

अनुक्रम

तुझ्या जाण्यानं...	१	अंधारी गुहा	३५
कवी बोलत राहतो	३	मुलगी	३७
शब्द सांडायला हवेत...	४	कोण होती ती	४०
कविता	५	कोलाहलाच्या लाटांवर	४२
पावसाची कविता	६	मरणानंतरची शांतता	४३
हरवलेला आवाज	७	भाकड काळाच्या...	४५
कवीला पाहावी लागते वाट	८	ती वाहत राहते	४७
विखंडित वर्तमान	९	पाऊस हरवून जाताना...	४९
सारंच संपण्याच्या या काळात	१०	जाळ्यात सापडलेली बाई	५०
पावसाचं गाणं	११	सखे...	५१
अर्थ	१२	खिडकीतून डोकावताना	५४
अर्थ संबंधांचे	१३	मेणबत्त्या घेऊन निघालेल्या मुली	५५
हरवले आहे मी...	१४	सांगायला हवं मुलींना	५७
अमानुष अचानक...	१६	उदास मुलगी	५९
नाटक संपल्यावर	१७	धारदार पंजानं	६०
कशासाठी...	१८	आत्महत्येच्या काठावरून	६१
शाई पसरत चालली आहे	१९	नव्या मनूच्या कविता	६२
तसं आपलं प्रेम...	२०	पसायदान	६४
आठवणींच्या काठावर	२३	काळंकभिन्न वास्तव	६५
मोकळा उजाड रस्ता	२४	माझ्या प्रतिबिंबाशेजारी...	६७
विश्वांताची वेळ	२६	शब्द	६८
कुठल्या बिंदूवर...	२७	कदाचित...	६९
नवा बुद्ध	२९	माझ्या बायांनो...	७०
मौनातला कोलाहल	३१	मी चालते आहे	७२
अस्तित्वहीन जगण्याचा वारसा	३३	तवंग	७४

तवंग चढत चाललेत	७५
मेसेज बॉक्स	७७
गौरी	७९
पर्याय	८०
मुंबई – १	८१
मुंबई – २	८२
काश्मीर मला भेटलेलं...	८३
गर्दी	८७
बदललेले संदर्भ	८९
कितीही लावले दिवे तरीही...	९०
काम अगदी तयारीनिशी करा	९१
बहावा फुलत जाईल	९३
आत्महत्येच्या झाडावर	९५
खैरलांजी ते कोपर्डी	९६
स्वतःवरच स्वार झालेली माणसं	९८
माझ्या देशा	१००
पुस्तकं	१०२
या अमानुष काळात	१०४
भुंगा लागलाय डोक्याला	१०६
बेहोश अमलाखाली...	१०७
नकोसा काळ	१०८
माणूस होण्याचा इतिहास	१०९
वाट पाहते आहे केव्हाची	१११
सुसह्य होईल जगणं	११२
केप ऑफ गुड होप्स	११४
आरशातून हरवलेला चेहरा	११८
युद्धाच्या कविता	११९
मनं मेलेली माणसं	१२३
सारंच आलबेल आहे...	१२४
बाबासाहेब...	१२६
स्थलांतर	१२८
मरणयात्रा	१३०
मरणाच्या रांगेत उभी आहे मी...	१३२
शहर	१३५
भय दाटून आलेला काळ	१३६
भिंत	१३७
विध्वंसाच्या वेदीवर	
चढण्याआधी...	१४०

तुझ्या जाण्यानं...

तुझ्या जाण्यानं
नेमकं काय काय हरवू शकतं जगण्यातून
हे माहीत होतं मला.
म्हणून घट्ट धरून होते तुझं बोट शेवटपर्यंत.

तू म्हणाला होतास,
'नाही पाहिली पंढरी त्या विठ्ठलाची
पण जगलोय मी भरभरून
वारकरी होताना शब्दांच्या पंढरीचा.
रमून गेलो त्याच्यावर रचलेल्या अभंगात.
आज गाताहेत मुक्ताई, जनाई
एका तालासुरात
हाकारताहेत माझ्यातल्या पाडसाला
त्यांच्यासोबत घालवू दे आता थोडा काळ.'

अलगद सोडलंस माझं बोट त्यांच्यासाठी
अन् सामील झालास दिंडीत.
मी शोधत राहिले तुझे हात
माझ्या हातात रंग देणारे
मी शोधत राहिले तुझे डोळे
माझ्या शब्दांवर विसावलेले
शोधत राहिले तुझा आवाज
माझ्यातल्या बंडाला बळ देणारा.

पण तू होत गेलास अचानक हतबल
मुका
माझ्यापर्यंत पोचवू पाहत होतास काहीतरी.
काय होतं ते नेमकं?
कविता,
कवितेतील लय

कवितेतले विभ्रम
की
आणखी काही?

कविता संपवावी संपू नये तिथे
तसा
अचानक गेलास गाठी तोडून संबंधांच्या.

तुझ्या जाण्यानं हरवली आहे कविता.
कुठं भटकत असेल ती
आणि काय बोलत असेल कळत नाही काहीच.
कदाचित विचारत असेल तुझा ठावठिकाणा.
मला भेटली कधी
आणि विचारलं तिनं
तर काय सांगणार तिला?
पत्ता हरवलाय माझ्या बापाचा
कायमचा
की सोडून गेला तो तिला अनाथ
या कोलाहलात?

कोणत्याही उत्तराशिवायच्या या प्रश्नांना घेऊन जगताना
वारंवार दाटून येतो आहे पावसाळा
साऱ्या आयुष्यावर.
हे सावट तू नसतानाचे
घेरून राहिले आहे माझ्या कवितेला.
अलगद सारून बाजूला ढगांचे पडदे
तिला दाखव ना प्रकाशाचा एखादा किरण
ये माझ्या ओंजळीत एखादा शब्द बनून
हो माझ्या कवितेचा श्वास
मला जगवायचं असेल तर
वाहत राहा पावसाचा थेंब बनून
माझ्या कवितेतून
निरंतर.

२ । विध्वंसाच्या वेदीवर चढण्याआधी...

कवी बोलत राहतो

कवी बोलत राहतो
स्वतःच्या कवी असण्याविषयी
सांगत राहतो गोष्टी
मांड टाकून शब्दांवर
निबिड अरण्यात केलेल्या सफरीच्या.
शब्दांची फुलपाखरं चिमटीत पकडताना होणाऱ्या कसरतीच्या.
कवीला आवडतं आपले अद्भुत अनुभव वाटून घ्यायला.

कवी खरंच सांगत असतो का सारंच
त्याच्या कवी असण्याविषयी
उदाहरणार्थ,
कशी करतो तो निवड
अनुभवांची,
ते व्यक्त करण्यासाठी लागणाऱ्या शब्दांची
त्याला असणाऱ्या जात लिंग वगैरेंच्या संदर्भांची
त्यामुळे भरकटत जाणाऱ्या त्याच्या माणूसपणाची.
कवी सफरीवर असतो जगण्याच्या
तेव्हा कवीच असतो का फक्त
की तो असतो मुलगा, बाप, नवरा, भाऊ किंवा मित्र कोणाचा तरी
त्याला जाणवत असतात का त्या जगातही
सारे ताण संबंधांतले.
घरातली आणि बाहेरची हिंसा, सत्ता
अस्वस्थ करत असते का त्याला.
मग कसा लिहीत असेल तो कविता निसर्गातील रंगांची
प्रेमाच्या ताकदीची, उजळणाऱ्या दिशांत भरलेल्या आशेची.
खरंच कवी किती सहज बोलत राहतो त्याच्या कवी असण्याविषयी
जशी बाई बोलत राहते तिच्या आई असण्याविषयी आनंदानं
कोणत्याही परिस्थितीत.

विध्वंसाच्या वेदीवर चढण्याआधी... । ३

शब्द सांडायला हवेत...

हजारो हुंदके
आतल्या आत दबलेले
साचून राहिलेत
मनाच्या कोनाड्यात केव्हापासून
जळजळ वाढत चाललीय मनातली
उलटून यावं सारं आणि व्हावं मोकळं
म्हणून वाट पाहतेय केव्हाची.
सोडत राहते सावकाश
शब्दांचे बुडबुडे नाकातोंडातून.
कमी झाल्यासारखा वाटतो उरावरचा भार
मन हलकं होऊन पिसासारखं
तरंगत राहतं थोडा वेळ
मग सुरू होतात पुन्हा एकदा
कडवट अनुभवांचे आंबट ढेकर.

बंदोबस्त करायला हवा आता
या वरवर साध्या वाटणाऱ्या आजाराचा
शब्द सांडायला हवेत ढीगभर रोज
आणि अक्षरांचे थवेही सोडायला हवेत आकाशात
कदाचित कमी होईल कडवटपणा
जगण्यातला
आणि मनही होईल
नितळ निरामय.

४ । विध्वंसाच्या वेदीवर चढण्याआधी...

कविता

कोणावर आणि कशावर लिहायची कविता?
जगण्याच्या लढाईत हरलेल्या माणसांना
लटकवायचं का शब्दांच्या दोरीवर?
लढताना संपलेल्या जगण्याची कहाणी
रचायची का एका ओळीच्या सरणावर?
जगण्याचा अर्थ न कळता जगणारे निस्तेज चेहरे
कसे रंगवायचे
निरनिराळ्या रंगात?

शब्दांचे लोट पसरलेत साऱ्या आसमंतात
आणि कविता हरवून गेलेली
कानठळ्या बसवणाऱ्या कोरड्या आवाजात..

विध्वंसाच्या वेदीवर चढण्याआधी... । ५

पावसाची कविता

आणि अचानक लिहावीशी वाटली
पावसाची कविता.
कोरडे हात आणि कोरडी लेखणी असूनही
भरून येईल पाऊस पानांवर
पसरत जाईल
घराच्या पायऱ्यांवर
रस्त्यांवर
पुलांवर
आणि
धुऊन काढेल पसरलेले रक्ताचे डाग.

कवितेतल्या पावसानं काय काय धुतलं जाऊ शकतं?
आत्महत्येच्या फासावरचे लालकाळे व्रण,
पुस्तकांच्या पानांवरच्या जळक्या खुणा
रक्तरंजित इतिहासाची भयभीत पानं
की एखाद्या मुलीच्या डोळ्यांत दाटून आलेलं शरीराचं भय...?

कवितेतून जाते एक
ओळ आरपार
चिरत, चीत्कारत
आणि पडतो पाऊस
अंदाधुंद
मला लिहायची आहे का कविता अशा पावसाची?

६ । विध्वंसाच्या वेदीवर चढण्याआधी...

हरवलेला आवाज

कोरा कॅनव्हास पसरून बसले होते तेव्हा
शब्द दिलास माझ्या हातात.
शब्दांना पसरवून सभोवताली खेळत राहिले मनाचे खेळ.
एक एक अक्षर रेखताना कागदावर
तू सोबत होतास
माझ्या बोटांना वळण देण्यासाठी.

आज सोडून माझं बोट तू निघून गेलास शोधत
जनीच्या विठ्ठलाला.
पंढरीच्या वाटेवर उभी राहून हाकारत होती ती तुला.
तिच्या दिशेनं पावलं वळवत म्हणालास,
किती युगानं भेटलीय मला माझी कविता,
तूही समजून घे तिला
कदाचित सापडेल तुला आतला आवाज
जो हरवला आहे बाहेरच्या कोलाहलात.

विध्वंसाच्या वेदीवर चढण्याआधी... । ७

कवीला पाहावी लागते वाट

त्यांनी दिली पेटवून शब्दांची जंगलं
कवितेच्या ओळींतून जोडलेले पूल
केले उद्ध्वस्त
लेखणीचे धारदार टोक बोथट करून
दिले त्यांच्या हातात
त्यांच्या बोटांचे तुकडे करून पुरले थडग्यात.
प्रत्येक काळात आंगठे तोडले सर्जनाचे
तेव्हा काही बसून राहिले मुकाट
झुंडीनं येणाऱ्या हत्तींना पाहत.
झुंडीचे राज्य चिरायू होवो म्हणत निघालेल्या मोर्चात
त्यांनी पाहिले स्वतःला सामील होताना.

काळ कोणताही असला तरी
कवीला पेराव्या लागतात शब्दांच्या बिया
वेळ लागतोच रुजून यायला शब्द
अशा खडकाळ जमिनीत.
करुणेचं पीक यायला जावी लागतात शतकं.
कवीला पाहावी लागते वाट
मरणोत्तर जिवंत राहून शब्दांतून.

८ । विध्वंसाच्या वेदीवर चढण्याआधी...

विखंडित वर्तमान

फडताळातून काढावी बाहेर
जपून ठेवलेली एक एक वस्तू
हलक्या हातानं सारावी बाजूला
तिच्यावर पसरलेली धूळ
आणि उजळलेल्या त्या आठवणीकडे
पाहत राहावं आसुसून
तशी पाहत राहते मी
गेलेल्या दिवसांकडे.
भविष्यकाळ बाद होताना आयुष्यातून
चढत जातात अंगावर
भूतकाळाची वारुळं.
जगताही येत नाही धड
विखंडित वर्तमानात
आणि मरताही येत नाही
व्हेंटिलेटर काढून.

मुर्दाड काळाच्या जात्यावर
दळत बसले आहे मी केव्हापासून
आणि कोणीही खात नाही पीठ
माझ्या सत्त्वहीन जगण्याचं.

विध्वंसाच्या वेदीवर चढण्याआधी... । ९

सारंच संपण्याच्या या काळात

आपल्या हातानं बांधलेले मनोरे
ढासळत जातात एकामागून एक
अन् जमीनही हरवते पायाखालची
तेव्हा काय उरतं मागे?
आपण असतो सारेच रहिवाशी लिलीपुटचे
निष्पाप मनांना बांधून करकचून
टाकून देतो नदीच्या तळाशी
आणि शोधत राहतो
नात्यांचे अर्थ.
गुंता झालेल्या आयुष्याचे
सोडवताना पेच
मुळापासून तुटत गेलेलं मन
तरंगत राहतं नदीच्या पाण्यावर.
अलगद सोडून द्यावे लागतात
पिळे नात्यांचे काठावरच
आणि परतावं लागतं अनेकदा रिकाम्या हातांनी.
सारंच संपण्याच्या या काळात
नाही समजावता येत स्वतःलाही.
कोसळू द्यावेत मनोरे आणि
सोडून द्यावं जमिनीलाही.
पायाखाली कदाचित सापडेल आपली वाट आपणच केलेली.

१० । विध्वंसाच्या वेदीवर चढण्याआधी...

पावसाचं गाणं

पाऊस कोसळतो आहे घनदाट
आणि मी कोरडी ठक्क
चालले आहे ओल्या रस्त्यावरून.
लाल तांबड्या पाण्यात
रुजवलेल्या कोंबाचं झाड
वाढत चाललंय माझ्या आत मला न जुमानता
त्याचा हिरवा रंग पसरलाय
माझ्या पोटाच्या मऊसूत त्वचेवर
मी फिरवते हात पोटावरून मोरपीस फिरवल्यासारखे
तर हात होतात हिरव्या रंगाचे
सळसळणारी पानं फुटलेल्या बोटांच्या फटींमधून
निघालेला बासरीचा आवाज
भिनत जातो साऱ्या आसमंतात
आणि उमटत जातं संगीत
कोसळणाऱ्या पावसाला साथ देत.
पावसाचं गाणं पाण्यात सोडून
मी पुन्हा चालत राहते
ओल्या रस्त्यावरून
कोरडीठक्क.

विध्वंसाच्या वेदीवर चढण्याआधी... । ११

अर्थ

काय अर्थ आहे प्रेमाचा
नजरांचा अगम्य गुंता की
सर्पविळखा वासनांचा.

मी घेते घासून-पुसून
हजारो पैलू पाडलेला हा शब्द
आणि पाहते आरपार
तर दिसत नाही काहीच.
चारही बाजूंनी बंद
अंधाऱ्या गुहेसारखा हा शब्द
आणि त्यात हरवून गेलेली मी.
लख्खन चमकेल एखादी वीज
आणि भेदेल त्या गूढ शब्दाला
याची वाट पाहत बसले आहे मी
केव्हापासून.

१२ । विध्वंसाच्या वेदीवर चढण्याआधी...

अर्थ संबंधांचे

पाखरं रानातून निघाली
पाखरं निघून गेली रानातून
पाखरांना मोकळी झाली दारं रानाची
पाखरांचं रान सुटलं.

पाखरं स्वतःच्या मर्जीनं निघालीत
की सोडावं लागलं त्यांना रान?
ती उत्सुक होती
बाहेरच्या जगात जायला
की भाग पाडलं त्यांना कुणी
बंदिस्त पाखरांना स्वातंत्र्य मिळालं
की चारापाणी संपलं होतं त्याचं?

क्रियापदाप्रमाणे बदलतात अर्थ शब्दांचे?
की प्रत्येकाच्या संबंधांवर
असतात अवलंबून अर्थ
त्यांच्या वागण्याचे?

विध्वंसाच्या वेदीवर चढण्याआधी... । १३

हरवले आहे मी...

दीर्घ काळोखात
हरवले आहे मी
सापडत नाही स्वतःलाच
कुठल्याही कोनाड्यांत शोधलं तरी.
किती गावं किती घरं
बसली आहेत नेणिवेत
पालं बसली की उठावीत
अशा भिंगरभिंगऱ्या
आल्या वाट्याला.

१४ । विध्वंसाच्या वेदीवर चढण्याआधी...

कुठल्याशा गावातली खाचरं
सुकलेल्या चिखलाची
आणि त्यावरून चालण्याची माझी इच्छा
घेऊन गेली होती खोल दलदलीत.
पायाखालची भुई सुटण्याची सुरुवात
तिथूनच झाली बहुतेक.

कुठल्या जंक्शनच्या वळचणीला पेटलेल्या शेगड्यांतून
निघालेल्या धुरानं
पहाटे पहाटे
भरत गेल्या विहिरी डोळ्यांच्या
आठवत नाही आता
पण पाणी भरून राहिलं आहे
काठोकाठ
तेव्हापासून.
किती फिरले शोधत
निवांत डोकं टेकावं अशी मायेची कूस
पण नाही सापडली
एकाही मातीत ओल नात्यांची.
काळोखाचं भरगच्च अरण्य
आणि त्यात माझं भटकणं वेडंवाकडं.

आकांतानं शोधू पाहते स्वतःला
सापडेन की संपून जाईन
माहीत नाही.

विध्वंसाच्या वेदीवर चढण्याआधी... । १५

अमानुष अचानक...

किती खोलवर रुतलेत राग-लोभ आपल्या मनात
कधी पाझरते दया करुणा
साऱ्या शरीरातून
तर कधी होऊन आत्यंतिक क्रूर
रंगवतो आपण आपले हात
काळ्या तांबड्या रक्तप्रवाहात;
बदलतो इतिहास
आपल्याला हवा तसा
कोथळा काढून बाहेर
लिहिणाऱ्या हातांचा.
गाठतो परिसीमा
एखाद्या पुराणपुरुषावरच्या आपल्या प्रेमाची
घडवून आणतो कत्तली
त्याच्या अहिंसक मार्गावर श्रद्धांजली वाहण्यासाठी.
दुसऱ्याच्या मनात हमखास दडले असेल
हिंस्र जनावर
असं समजून उपसतो शब्दांचं हत्यार.
खरं तर नसतं दुखावलेलं कोणीच
आपल्या आत दडलेल्या हिंसक माणसाला
तरीही का होत चाललो आहोत आपण
अमानुष अचानक?

१६ । विध्वंसाच्या वेदीवर चढण्याआधी...

नाटक संपल्यावर

आपापली भूमिका संपल्यावर पॅकअप करताहेत ते
आणि मी मात्र रेंगाळते आहे अजूनही
मागे शिल्लक राहिलेल्या खुणांमध्ये
जगण्याच्या.
काय काय विस्कटलं मांडलेल्या पसाऱ्यातलं
याचा घेतेय शोध.
दिसत नाही एखादी दिवली मिणमिणारी
शोधण्यासाठी हव्या त्या आठवणी.
रंगमंचावर पसरली आहे भयाण शांतता
तरीही पॅकअप न करता
बसून राहते मी अंधारात एकटीच.
नाटक संपल्यानंतरचा
खेळ सुरू झालाय आता नव्यानं.

विध्वंसाच्या वेदीवर चढण्याआधी... । १७

कशासाठी...

प्रेक्षणीय स्थळांच्या भिंती
गच्च भरलेल्या अनाकलनीय लिप्यांनी.
एकमेकांच्या नावांची गुंतागुंत
आणि त्यांना छेदणारे मदनाचे बाण
दिशाहीन.
का व्यक्त होतो आपण असे
ठरावीक संकेतांतून
आणि तेही अशा कोणत्याही
परमुलखातल्या भिंतीवर
जी उभी राहणार नसते पाठीशी
हवी तेव्हा?
ही स्वतःशीच स्वतः दिलेली कबुली
मन गुंतवल्याची दुसऱ्या कोणात
कशासाठी हवी असते आपल्याला?
खरं तर मन गुंतत नाही कशातही
आपण ठरवल्याशिवाय
तरीही उभी करतो अशी आभासी चित्रं
स्वतःच्या समजुतीकरता.

१८ । विध्वंसाच्या वेदीवर चढण्याआधी...

शाई पसरत चालली आहे

शाई सांडली आहे पानावर
शब्दांवरून घरंगळत नक्षीदार
पसरत चालली आहे
कागदाच्या सीमा ओलांडून.
मी टिपून घेतली ती टीपकागदानं
पण शब्दांभोवती घातलेलं रिंगण गडद होत गेलं
पावसाच्या ढगांसारखं.
शब्दच कळेनासे झाले तर कसा साधायचा संवाद एकमेकांशी.

शाई सांडली आयुष्यावर तर दिसेनासे होईल का
आजवर जगत आलेलं पारदर्शक आयुष्य?
प्रत्येकाच्या जगण्यावर पसरत जातेच
काजळी कधी ना कधी
ती पुसून लख्ख करता येतं स्वतःला.
पण शाई कशी पुसायची आयुष्य न पुसता.
शाई सांडली आहे आयुष्यावर
टिपली टीपकागदानं तरी
पसरून राहिली आहे मनभर.

विध्वंसाच्या वेदीवर चढण्याआधी... । १९

तसं आपलं प्रेम...

एखादा आजार रुतून बसावा
शरीराच्या नसानसांत
तसं आपलं प्रेम मी वागवतोय माझ्या आत
अमर्याद काळापासून.
शोधतो आहे तुला रानावनांत
देवळांच्या गाभाऱ्यांत,
चर्चच्या घंटानादात
मशिदीतून ऐकू येणाऱ्या
अजानमध्ये.
पण नाही सापडत तू कुठेच.
बसली आहेस का तू एखाद्या गुंफेतल्या कपारीत
की कुठल्यातरी लाटेवर बसून निघून गेलीस दूर प्रवासाला.
मी वाट पाहतो आहे तुझी
नदीच्या काठावर
बागेतल्या एकट्या बाकावर
समुद्राच्या किनाऱ्यावर...
मारतो रेघोट्या वाळूवर
अंदाज लावतो आपल्या भेटीचा
आळवतो भेटी लागे जीवा...
पण नाही भेटत तू कोणत्याच वळणावर.

२० । विध्वंसाच्या वेदीवर चढण्याआधी...

निघून गेली आहेस तू
कुठला तरी हात हातात घेऊन केव्हाच या शहरातून.
मी मात्र भटकतो आहे वर्षानुवर्षं
या रस्त्यांवरून
नदीच्या पात्रावरून
समुद्राच्या लाटेवरून
जहाजाच्या शिडातली हवा होऊन
घेऊन जातो स्वतःलाच
सफरीवर
तेव्हा काठावरून हात हलवणाऱ्या आभासी जलपऱ्यांमध्ये उभी
असलेली
दिसतेस तू
वाटतं
सापडशील बंदरावरच्या गर्दीत कधीतरी
पण नाही सापडत तू कुठंच.

रोज पेटवतो मी एक एक सूर्य
त्याची
फडफडती ज्योत
घेतो माझ्या आत
दोन्ही हातांची ओंजळ करून.

संध्याकाळच्या सावल्या लांबत चालल्यात आता
आणि अजून संपला नाही माझा शोध
काजवा होऊन भिरभिरत राहतो मी
अंधाराच्या आत.
आभाळात उगवतो चंद्र
तेव्हा आशेच्या चिंध्या पांघरून
मी निघतो पुन्हा
घुंगरकाठी घेऊन तुझ्या शोधात
पण नाही सापडत तू कुठेच.
मग विझवतो मी चंद्र माझ्या हातानं
आणि बसून राहतो निमूट

विध्वंसाच्या वेदीवर चढण्याआधी... । २१

गुडूप अंधारात.
पुन्हा पाहतो वाट
सूर्याची दिवली पेटण्याची...

दिवस रात्र महिने वर्षं
चालला आहे शोध प्रेमाचा
की माझ्यात फुलून आलेल्या जिद्दीचा
हे कळेनासे झाले आहे हळूहळू मला.

तुझ्या डोळ्यांतून सांडलेलं गुलमोहराचं फूल आठवत राहतं फक्त
पालटतात ऋतू एकामागून एक
माझ्यात भरून राहिलेल्या प्रेमाला फुटत राहतात धुमारे
आदिम प्रेरणांचे
पुनःपुन्हा
ते शोधत राहतं स्वतःला
कुठल्यातरी नाभीच्या डोळ्यांत
कुठल्यातरी वक्षाच्या कपारीत विसावतं ते क्षणभरासाठी.
पण परततं पुन्हा एकदा
त्या बाकावर
जिथं बसून मी लिहिलं होतं
तुला पहिलं पत्र
ज्यात सांडले होते गुलमोहर
आणि दरवळला होता
सोनचाफ्याचा घमघमाट.
कित्येक वर्षं शांत पहुडला होता तो त्वचेच्या आत खोल
त्याला कोंब फुटून कधी वाढत गेलं डेरेदार झाड घमघमाटाचं
ते कळलंही नाही.

माझ्या जर्जर कातडीखालून
बाहेर येऊ पाहतं आहे ते झाड
पसरू पाहतंय साऱ्या आसमंतात
त्याचं आता काय करू ते सांग एकदा.

२२ । विध्वंसाच्या वेदीवर चढण्याआधी...

आठवणींच्या काठावर

मी उभी आहे
काठावर आठवणींच्या.
तू ठोठावतो आहेस दार केव्हाचा
माझ्या मनाचं
आणि मी कडी लावून घट्ट
बसले आहे काळोख्या खोलीत.
तू बाहेरून शिरू पाहतो आहेस आत
माझ्या त्वचेच्या पदराखाली जाणवतो आहे तुझा स्पर्श.
आत्महत्येच्या टोकावर पोचलेल्या माणसाला
करून द्यावी आठवण पुनःपुन्हा
मृत्यूच्या स्पर्शाची
तसा तुझा स्पर्श घेऊन जातो आहे मला घनदाट अंधारात.
काय बिनसलं आपल्या दोघांत नेमकं
याचा हिशेब नकोच मांडू या आता.
मी जळणाऱ्या चितेवरून पाहत राहीन तुझा विस्कटलेला चेहरा
तू
पाणी सोडून निघून जा कायमचा
आठवणींच्या काठावर मांडलेल्या आपल्या संबंधांच्या पिंडावर.

विध्वंसाच्या वेदीवर चढण्याआधी... । २३

मोकळा उजाड रस्ता

विसंबून चालत राहावं ज्यांच्या मागून
अशी माणसं
अचानक दिसेनाशी होतात.
ना धुळीचा लोट उठलेला
ना पावसाच्या धारांचा पडदा पसरलेला
तरीही धूसर होत जातात
ओळखीचे आश्वस्थ चेहरे.

२४ । विध्वंसाच्या वेदीवर चढण्याआधी...

दिसतो केवळ
मोकळा उजाड रस्ता
दिशाहीन.
माणसांना खाऊन टाकणाऱ्या टोळ्यांची पावलं वाजत असतात
आजूबाजूला
पण दिसत नाहीत चेहरे.
कधी एखाद्या गोळीच्या दिशेने निघून जातात माणसं
तर कधी
स्वतःला बाहेर काढून जमिनीच्या
स्वाधीन होतात आकाशाच्या.
मी शोधत राहते
परंपरेच्या पारंब्यांवर नवी लिपी लिहिणारी बोटं,
जगण्याचे अर्थ शोधताना स्वतःलाही शोधत निघालेली पावलं.
हा रस्ता वाहतो आहे अखंड
इतिहासावर ठसा उमटवणाऱ्या हजारो पावलांना
उरी वागवत.
त्या पावलांच्या मागं जातानाच
मलाही रोवायला हव्यात
नव्या दिशादर्शक पताका
ज्या फडकत जाताना
पंढरपूरच्या वाटेवरून
शोध घेतील श्रद्धेपलीकडे घेऊन जाणाऱ्या
माणसातल्या माणूसपणाचा,
एखाद्या दिग्दर्शकातल्या द्रष्ट्याचा,
कवितेतल्या ओल्या शब्दांचा,
आत खोल लपलेल्या करुणेचा,
या वाटेवरून गेलेल्या बुद्धावर विश्वास ठेवून
निवांत चाललेल्या माझ्यातल्या जागल्याचा.

विध्वंसाच्या वेदीवर चढण्याआधी... । २५

विश्वांताची वेळ

मी बाहेरच होते काही क्षणांपूर्वी
ट्रेनच्या खडखडाटात ऐकू पाहत होते स्वतःला.
सभोवताली पसरलेला गर्दीचा गंध जाणवत असतानाच
अचानक फेकले गेले बाहेर अंधारात.
कुणीतरी ओरडलं
विश्वांताची वेळ सुरू झालीय
गाडून घे स्वतःला एकांतात.

एकांताचा अर्थ काय असतो नेमका?
संपलेली साथ अनेक हातांची आणि सोबतीला आलेला एकटेपणा.
की हळूहळू संपून जाण्याचा प्रवास?

२६ । विध्वंसाच्या वेदीवर चढण्याआधी...

कुठल्या बिंदूवर ...

कुठंतरी शेवटच्या मजल्यावर अडकून पडले आहे मी.
लिफ्ट बंद आहे
आणि
उतरण्यासाठीचे जिने गायब झालेत अचानक.
मी घराच्या उंबरठ्याबाहेर येऊन
शोधत राहते
खाली जाणारा जिना
तर दिसते प्रचंड खोल पोकळी
आणि गडद अंधार.
मी परतते घरात.
तिथं उजेड असतो केवळ माझ्यापुरता
मी शोधत राहते त्यात माणसांना.
तर दिसत नाही कोणीच आजूबाजूला.
मी उभी राहते तासन्तास आरशासमोर
सोबतीला आपण आहोत आपल्या
याचा दिलासा वाटत राहतो आतल्या आत.
मी काढते कपाटातले सगळे कपडे आणि लटकावून ठेवते हँगरला.
एवढ्या स्त्रिया एकाच वेळी सोबत करतात माझी.

विध्वंसाच्या वेदीवर चढण्याआधी... । २७

पुस्तकांच्या कपाटातली माणसं
सांगत राहतात गोष्टी प्रेमाच्या, त्यागाच्या, कटकारस्थानांच्या
आणि निरर्थकतेच्या.
'मरण अटळ आहे' तेव्हाच सांगितलं होतं मी तुला,' असं हसत म्हणतो कामू
आणि 'प्लेग'ची पानं फडफडवत राहतो माझ्यासमोर.
एक साथ कशी दूर करू शकते अनेक साथीदारांना
याच्या कहाण्या उलगडत जातो तो इतिहासातले दाखले देत
तेव्हा उमळून येतं आतून.
लोक रडत राहतात भीषण व्हिडिओमधून, ऑडिओमधून
कोणकोणत्या भाषांत बोलत असतात ते
सांगत राहतात माणसांची साथ सोडण्याचे
आणि स्वतःला कायमचं एकटं करण्याचे फायदे
मृत्यूविषयीचं एकच वाक्य उच्चारत असतात पुन्हापुन्हा
आणि कोणालाच कळत नाही नेमकं काय बोलताहेत ते.

मृत्यूला कवटाळण्यासाठी
कित्येकदा उभी राहिले होते मी
आत्महत्येच्या टोकावर.
सहज खेळायचे लपंडाव त्याच्याशी.
मित्रच होता तो माझा तसा
जुना जाणता.
मग आज का आलाय तो
असा वैऱ्यासारखा
एकटेपणाचं भयाण गाणं गात.

इमारतीच्या शेवटच्या मजल्यावर उभी आहे मी.
वाटा अदृश्य झाल्यात अचानक
कुठल्याही उतारावरून उतरण्याच्या.
आणि मला कळत नाही
कोणत्या बिंदूतून सुरू झालं होतं माझं आयुष्य
आणि कुठल्या बिंदूवर संपणार आहे ते नेमकं.

२८ । विध्वंसाच्या वेदीवर चढण्याआधी...

नवा बुद्ध

अमर्याद आकांक्षांची चादर पांघरून झोपी गेलेला तो
चाचपडतो आहे
त्याला लपेटून असलेल्या तृष्णांचे पदर.
त्याच्या आत भरून राहिलेली अस्वस्थता
जाणवत राहते त्याला थोपटणाऱ्या माझ्या हातांना.
आत माजलेल्या इच्छा वासनांच्या
घनघोर रणांमुळे कोंडलेल्या त्याच्या श्वासातून
येत राहतो गुरगुरणारा आवाज.
कोणत्या कातडीचा माणूस लपला आहे

विध्वंसाच्या वेदीवर चढण्याआधी... । २९

त्याच्या आत
काहीच कळत नाही.
पण त्याचा तो आवाज बसवू पाहतोय जरब
दुसऱ्या रंगाच्या कातडीवर
हे जाणवत राहतं ऐकताना तो आवाज.

मी शोधते आहे केव्हापासून
त्याचं माझ्याशी असलेलं नातं,
आणि तो तर जुळवू पाहतो आहे सूर
बाहेरच्या आकांताशी.
बाहेर पसरलेला घनदाट काळोख
आणि त्याच्या आत उसळलेला कल्लोळ
यांचे सूर जमले एकमेकांशी
तर घडत राहतील
स्फोट वारंवार.

मला सोलून काढायला हवी आता
त्याच्यावर स्वार झालेल्या
हिंस्र श्वापदाची त्वचा.
कदाचित दिसतील
त्याच्या आत लपलेले कोवळे
अधीर स्पर्श
जे हरवून गेले आहेत
आजूबाजूच्या कोलाहलात.

करुणेच्या अथांग प्रवाहात
सोडून दिलं त्याला पुन्हा एकदा
तर सापडेलही नवा बुद्ध
जो लावेल अर्थ या आतल्या आत होणाऱ्या स्फोटांचे.
करेल शांत भणभणून टाकणारा कोलाहल
आणि नेईल खोल गर्भात
जिथं सापडतील नात्यांचे हरवलेले संदर्भ.

३० । विध्वंसाच्या वेदीवर चढण्याआधी...

मौनातला कोलाहल

मी बसले आहे माझ्यासमोर केव्हापासून
मला बोलायचं आहे माझ्याशी
मनापासून
पण फुटत नाही शब्द.
माझ्या आत दबा धरून बसलेला तिसराच कोणी
हसत असतो मला,
जेव्हा मंचावर बसून
मी सांगत राहते गोष्टी
बाहेर पसरलेल्या
अक्राळविक्राळ हिंसेच्या,
असहिष्णुतेच्या,
छिन्नविछिन्न करणाऱ्या शांततेच्या

माझ्या नखांच्या मेरांना लागलेला रक्ताचा डाग
दिसत राहतो त्याला.
त्याला माहीत असतात
त्यावरच्या खुणांची मुळं.
आत तळाला नितळ पाण्यात
दिसत असतं त्याला माझं प्रतिबिंब
धावणारं सुसाट
हिंसक वाटेवरून.

पण मी फिरवते पाठ आणि
मारत राहते हात वरवरच्या गढूळ पाण्यावर

माझ्या आत लपलेल्या
आदिम जनावराला गाडून
लावते अहिंसेचा गांधीवादी चष्मा
बसते निवांत मंचावर
तेव्हा माझ्या डोळ्याच्या कडांवरून
सरकत असतो

विध्वंसाच्या वेदीवर चढण्याआधी... ꘡ ३१

रक्तरंजित इतिहास घडवलेला माझ्याच हातांनी.
मी हसून मिटते पापण्या.
तेव्हा आपोआप ओघळतो भूतकाळ
डोळ्यांतून.
मी टिपून घेते तो आणि सांगत राहते गोष्टी
उद्याच्या.
आजचा मावळणारा सूर्य
घेऊन जात असताना
अंधारलेल्या अरण्यात
मी दाखवते स्वप्न उद्याच्या उजेडाचं
तेव्हा मला नाही भिडवता येत
डोळा
माझ्यासमोर बसलेल्या माझ्याशी.
मी हळूच बाहेर काढते
माझ्या आत लपलेल्या त्या तिसऱ्याच कुणाला
जो बांधत असतो भिंत
मी आणि माझ्यासमोर बसलेल्या माझ्यात.
आता समोरासमोर उभे ठाकतो आम्ही
संवाद साधावा त्याच्याशी
असं वाटत असतं मला
पण माझ्यासमोर बसलेली मी दिसत नाही कुठंच आसपास
निघून गेली का ती
की विरघळून गेली माझ्यातच
की माझ्यातल्या तिसऱ्या कुणाच्या सोबत गेली निघून?
माझ्यातली मी सापडेनाशी झाली आहे मला.
मी स्वतःभोवती वाढवलेल्या
या असंख्य मुखवट्यांच्या जंगलात
पसरून राहिला आहे मौनातला कोलाहल
ज्यातून उमटत नाही आवाज कसलाही
तरीही मी बोलत राहते अव्याहत
स्वतःला काय समाजावत असते मी नेमकं
हे शोधून काढायला हवं का आता?

३२ । विध्वंसाच्या वेदीवर चढण्याआधी...

अस्तित्वहीन जगण्याचा वारसा

ती भरते माझी ओटी
खणानारळानं गच्च.
माझ्या कपाळावर टेकवताना बोट
हळदीकुंकवाचं
तिच्या डोळ्यांत लुकलुकत राहतात
लाल पिवळे लोलक.
मला दिसतात वयामुळे घड्या पडलेल्या
तिच्या कपाळावरच्या मळवटातून आशीर्वाद सांडताना.

तिला माहीत नसतं
भरताना ओटी खणानारळाची
ती सोपवत असते माझ्याकडे
बाईच्या सौभाग्याची अन् ओटीतल्या समृद्धीची मिथकं
आणि त्यासोबत तिच्या वाट्याला आलेला
यातनांचा प्रवास.
मनावर धरलेल्या खपल्या
सारवून सारवून थकलेल्या तिच्या हातांवर
ठेवावासा वाटतो तुकडा वास्तवाचा
ज्यापासून हजारो योजने दूर
जगते आहे ती
भाबड्या श्रद्धा उराशी कवटाळून.
माझ्या ओटीत घातलेलं सौभाग्य
ओतावसं वाटतं परत
तिच्या ताटात.
पण थबकतात हात
परततात मागे ओठांवर आलेले शब्द
तिच्या कपाळावरच्या कुंकवाच्या घड्यांतून
ओसंडणारं हसू
नाही हिरावून घ्यावसं वाटत तिच्याकडून.

मी राहते उभी निःशब्द
या सोसून सोसून वठत गेलेल्या
थरथरणाऱ्या वेलीसमोर.
तिचा उंबरठा ओलांडून निघताना
जाणवतात तिचे डोळे
माझ्या पाठीवरून मायेनं फिरणारे
निरोप घेताना जडावलेल्या माझ्या पायांना
जाणवत राहतं ओझं
खणानारळाच्या ओटीचं
आणि त्यासोबत मिळालेल्या
बाईच्या अस्तित्वहीन जगण्याच्या वारशाचं.

३४ । विध्वंसाच्या वेदीवर चढण्याआधी...

अंधारी गुहा

काय काय पाहत असते मी
माझ्या आत दडलेल्या
अंधाऱ्या गुहेत शिरून.
शोधत राहते माझ्याच निर्मितीच्या खुणा.
ज्यात साठवता येतील
मला हवे असलेले क्षण
अशी नौका बांधून पाहत राहते वाट
माझ्या नावाच्या खुणाच पुसलेलं जग बुडून
पुन्हा उजाडण्याची.

विध्वंसाच्या वेदीवर चढण्याआधी... । ३५

चौदा दिवस चौदा रात्री कोसळणाऱ्या पावसात
नेटानं हाकारते माझं जहाज
आणि पाऊस ओसरल्यावर
रुजवून घेते बी
माझ्या इच्छा आकांक्षांचं
ओल्या मातीत.
फळाफुलांनी बहरलेल्या जमिनीवर
ठेवताना पहिलं पाऊल
मी सोबत घेते
बी रुजवणाऱ्या माझ्या साथीदाराला
मला नाही भासत गरज
कोणा चित्रकाराची अथवा कवीची
माझी कहाणी चित्रबद्ध अथवा शब्दबद्ध करण्यासाठी.
मी लिहिते गाणं
केवळ माझ्याच जगण्याचं
नाही घेत अधिकार
माझ्या साथीदाराच्या
कपाळावरचे लेख लिहिण्याचा.

माझ्या आत दडलेल्या
अंधाऱ्या गुहेत
खेळत असतात उजेडाचे तुकडे
मनमुराद.
बाहेर मात्र
अजूनही नसतं फटफटलेलं
माझ्यासाठी.

३६ । विध्वंसाच्या वेदीवर चढण्याआधी...

मुलगी

वर्गातल्या बाकावर
बसून असते मुलगी
तासन्तास
मनाच्या डोहात भरून घेते
मनस्वी कंटाळा.
तरीही चालत राहतात तिची बोटं
शब्दांच्या बुडबुड्यांवर.

विध्वंसाच्या वेदीवर चढण्याआधी... । ३७

फुटणाऱ्या शब्दांतून
निखळलेलं थेंबभर पाणी
ती पसरवते
कंटाळ्याच्या अस्ताव्यस्त टोकावर
आणि करते प्रयत्न
जाणून घेण्याचा
अर्थ
अनाकलनीय व्याख्यांचा.

हळूहळू तिच्या डोळ्यांत
पसरत जातात
वर्गाबाहेरचे रंग.
विलक्षण नाद वेढू लागतात मनाला.
मग अचानक फुटलेल्या पंखांवर स्वार होऊन
ती निसटते
वर्गाच्या फ्रेमधून अलगद
स्वतःला हव्या त्या फ्रेमच्या शोधात.

वर्गातून ती पोचते
थेट पडद्याच्या चौकटीत.
बंदिस्त असलेल्या चेहऱ्यांसमोर.
निवडते त्यातल्या हव्या त्या शरीराला
आणि जुळवते जोडी स्वतःशी.
त्यानं शोधावं आपल्याला
आतून बाहेरून
म्हणून उत्सुक असते मुलगी.
तिला आठवतात नेमक्या व्याख्या
सेक्सग्लँडच्या.
मानसशास्त्र कळण्याआधीच
मुलगी बाहेर पडते मनातून
आणि शिरते थेट शरीरात
स्वतःच्या आणि त्याच्याही.

३८ । विध्वंसाच्या वेदीवर चढण्याआधी...

मुलगी तृप्त
परतते गच्च भरलेल्या
शांत समजूतदार वर्गात
पुन्हा एकदा.

एकसुरी आवाजाच्या लकेरीवर
स्वार होऊन
बाई पोचतात
अस्वस्थ मुलीच्या कानांत
तेव्हा ती
उभी राहते निमूट
सैल करून
पायात बांधलेले साखळदंड.

बाईंचा प्रश्न पोचत नाही तिच्यापर्यंत
आणि तिचे उत्तर बाईंपर्यंत.
मुलीची थंडगार नजर
चिरत जाते प्रश्नाला आरपार.
प्रश्नांचे तुकडे पसरतात वर्गभर
आणि उत्तरांचे बुडबुडे
फुटायला लागतात अचानक.
फुटणाऱ्या बुडबुड्यांत
वाहत जाणाऱ्या बाईंकडे पाहत
मुलगी हसते खुदकन,
गिरकी घेऊन स्वतःशीच
ती पुन्हा निसटते
व्याख्यांच्या फटींतून.

मुलगी खेळत राहते खेळ
आतबाहेर जाण्याचा
पुनःपुन्हा.

विध्वंसाच्या वेदीवर चढण्याआधी... । ३९

कोण होती ती

खिडकीच्या काचा खळ्कन फुटतात
ती सूर मारून बाहेर पडते तेव्हा
तिच्या पडण्याचा आवाज
मिसळतो असंख्य आवाजात
मग सुरू होतो
मरणाचा मूक आक्रोश.

मला दिसतो आहे
तिचा अस्ताव्यस्त पसरलेला मृतदेह
माझ्या खिडकीतून.

घरी परतताना
काय चाललं होतं तिच्या मनात?

४० । विध्वंसाच्या वेदीवर चढण्याआधी...

आणि मरायचं ठरवल्यावर?
तिनं स्वतः दिला का धक्का
तिच्या शरीराला?
की आणखी कोणी?

सकाळी दार उघडं ठेवून
बसायची ती दारात
वर्तमानपत्र वाचत.
म्हणायची,
'हवा खेळत राहते अशानं.'
बाकी दिवसभर
काय चालायचं बंद दाराआड
त्या कोंडलेल्या हवेत
नाही कळायचं कधी.

रात्री उशिरा बाहेर पडायची
आणि पहाटे यायची
तेव्हा काय काय मनात येत राहायचं.
पण ती म्हणाली होती
नोकरीच अशी आहे.

कशी होती ती नेमकी
आणि कशी होती तिची नोकरी?
सूर मारण्याआधी सांगितलं असतं तिनं
तर बरं झालं असतं.

आता पसरलीय अकारण
अफवा वाऱ्यावर
पण मी राहणार आहे उभी
तिच्यासोबत
अशा मरणानंतरही.

विध्वंसाच्या वेदीवर चढण्याआधी... । ४१

कोलाहलाच्या लाटांवर

कोणत्या संबंधातून
कसं पडायचं बाहेर
हे शिकवत नाही कुणीच
फक्त कसं शिरायचं आत आत
याचेच धडे दिले जातात
गर्भात असल्यापासून

या जाळ्यात गुरफटताना
हरवत जातो माझा एकान्त
आणि हळूहळू मीही
कोलाहलाच्या लाटांवर
हेलकावत राहते
किती वेळ.

मरणानंतरची शांतता

मरणानंतरची शांतता
पसरून राहिली आहे घरात.

सभोवताली पसरलेल्या माणसांच्या
समुद्रात बुडताना
जीव मुठीत घेऊन
पाहत राहते ती मिटीमिटी
त्याच्या फोटोतल्या चेहऱ्याकडे.

पाण्याचे पापुद्रे चढत जाताना
डोळ्यांवर
वाहायला लागते
कुठलीशी वेदना
बंद पापण्यांतून.
मरणानंतरची शांतता
उशाला घेऊन पडून आहे ती केव्हापासून
भर मध्यरात्रीही मिटत नाहीत डोळे
पाहत राहतात सताड
छताला लटकलेल्या
त्याच्या आठवणींकडे
हळूहळू कोरड्या होत जाणाऱ्या विहिरींकडे
वळेनाशी होतात तिची पावलं
सवयीनं.

मरणानंतरची शांतता
वेढून टाकण्याआधी
साऱ्या अस्तित्वाला
ती बाहेर पडते
आठवणींच्या कोळिष्टकांतून.
विसर्जन करते आठवणींचं
अस्थींबरोबरच.
डोळ्यांच्या पापण्यावर
तरंगणारी राख झटकून
ती स्वच्छ करते डोळे
आणि फिरते घरभर
नव्यानं उमलून आल्यागत.

घर पुन्हा एकदा भरतं
जिवंत सळसळीनं
तिच्या मनात अंकुरलेल्या
जगण्याच्या लालसेनं.

४४ । विध्वंसाच्या वेदीवर चढण्याआधी...

भाकड काळाच्या...

भाकड काळाच्या पोटावर
हाणून गुद्दा
मी करते आहे प्रयत्न
काहीतरी प्रसवण्याचा.

गर्भाशय काढल्यावर
हरवलेली ओल
सापडत नाही
सुकून गेलेल्या योनीत.

तो उभा आहे.
पाजवीत वस्तरा
म्हणतोय
थोडी काटछाट करावीच लागणार आहे
संबंधांची.
नवा कट छान शोभेल
आपल्या दुर्मुखलेल्या नात्याला.
काहीच उगवत नसेल
मशागत करूनही
जमिनीत
तर जावं लागतं शोधात
मालामाल मॉलच्या.

भरभराटीचे पाट
वाहत असताना आजूबाजूला
मी कशासाठी
नांगरायची
कोरडी नक्षत्रं?

बकाल वस्ती झालीय माझ्या शरीराची
आणि मन मात्र उडतंय
टोलेजंग इमारतीच्या
कितव्या तरी मजल्यावरून
उंच आकाशात.

भाकड काळाच्या पोटावर
गुद्दे हाणून
मी करते आहे प्रयत्न
आकाशाला प्रसवण्याचा.

४६ । विध्वंसाच्या वेदीवर चढण्याआधी...

ती वाहत राहते

ती वाहत राहते
खोल शरीरातून
खेळताना खळाळत्या प्रवाहात.

वाटेवर भेटलेल्या मैत्रिणीला
सामावून घेते स्वतःत.
तिच्या वेदनेचं टोकदार पातं रुतवून घेताना काळजात
रंगवते तिला आपल्याच रंगात

विध्वंसाच्या वेदीवर चढण्याआधी... । ४७

उधळते तिच्यावर उरल्या सुरल्या खुणा तारुण्याच्या,
कधीतरी पदरात पडलेल्या समृद्ध दिवसांची पखरण
करते तिच्या वाटेवर.

कधी कधी तोडावेसे वाटतात बांध
आयुष्याला बंदिस्त करणारे
मैत्रिणीच्या कानात सांगाव्याशा वाटतात गोष्टी
मुक्त मोकळ्या वाऱ्याच्या,
चमचमणाऱ्या ताऱ्याच्या
हिरव्या कोवळ्या स्पर्शाच्या.
पण ती ओठांची घडी दुमडून घेते उशाशी.
डोकं ठेवून त्यावर निवांत
पाहत राहते मैत्रिणीच्या खळाळत्या धारेकडे.
वाहत राहते बांधाची आब राखत
पुराच्या शक्यता दाटून येतात आभाळात
तेव्हा कोसळणाऱ्या आभाळाला पोटात सामावून घेते मुकाट.

सुकत जाते हळूहळू झेलताना ऊन-वारे अंगावर
तेव्हा दिसतात
काळे-पांढरे दगडगोटे आणि गाळ
आठवणींचा
तळाशी साचून राहिलेला युगानुयुगे.
वेदनेच्या खुणा पसरून राहिलेल्या असतात
विस्तीर्ण पात्रात.
पाण्याची ठिगळं लावून लपवते त्यांना.
तडे गेलेल्या जमिनीला लावण्यासाठी लेप
पाहत राहते ती वाट
पावसाची, वितळणाऱ्या हिमनगाची.

ती वाहत राहते
मुकाट
पोटात साठवत गाळ साऱ्या जगण्याचा.

४८ । विध्वंसाच्या वेदीवर चढण्याआधी...

पाऊस हरवून जाताना...

शरीराच्या चढ-उतारावरून सुरू झाला प्रवास की
पाऊस कोसळतो बेभान
आभाळ निरभ्र असलं तरीही
असं आई सांगायची केव्हातरी
तेव्हा तिचा चेहरा
वयात येता येता
पावसात चिंब भिजलेल्या मुलीसारखा दिसायचा.
मी वयात आले तेव्हा
माझ्याही शरीरात कोसळला पाऊस
आत आत रुतल्यासारखा
त्या पावसाविषयी सांगावंसं वाटायचं तिला
पण नाही सांगितलं काहीच.
पुढे सुरू झाला माझाही प्रवास
निसरड्या वाटा-वळणावरून
तर पाऊसच हरवून गेला आयुष्यातून
उरले फक्त साचलेल्या शेवाळाचे थर
काही उगवायच्या शक्यतांना छेद देणारे.

जाळ्यात सापडलेली बाई

बेभान पावसाच्या पाण्यात
पोहते आहे फेसाळणारी बाई.
तो पकडू पाहतोय तिला
जाळ टाकून आकाशाएवढं.
धार लावतो आहे चकचकीत पात्याला.
ती सापडलीच जाळ्यात तर
सोलेल तो तिला
मोरी सोलावी तशी अख्खी
आतला लालसर रंगाचा गर काढून
किंवा घोळीसारखी
डोक, पिसारा, मांसाचे तुकडे
आणि लांबलचक मणक्याचा ताठ काटा काढून.
कदाचित जपून ठेवेल तो डोळ्यांत
तिच्या अंगावरच्या खवलांचे इंद्रधनुष्यी रंग
रमेलही डोक्यातल्या तलम मेंदूच्या गुंत्यात.
जिभेवर घोळवत राहील
तिच्या काटक काट्यातल्या रसाची मधुर चव.

जाळ्यात सापडलेल्या बाईला
सोलणं सोपंच असतं तसं.

५० । विध्वंसाच्या वेदीवर चढण्याआधी...

सखे...

माझी जडावलेली पावलं
चढताहेत
वळसेदार जिने जुन्या घराचे.
मारताहेत फेरफटका आठवणींच्या प्रदेशातून.
कमरेवरच्या कळशीतच पाऊस दाटून यायचा तेव्हा
हिंदकळत राहायचा तो किती वेळ
खेळताना कमरेशी.
कळशीच्या वर्तुळाला ओलांडत झेपावायचा अंगाखांद्यावर.
गच्चीवर रेलून उभे असलेले माझे डोळे
पाहत राहायचे
पाऊस अंगावर घेऊनही तहानलेली नदी
नदीपलीकडचं गाव
तिथली हिरवळ
आणि सावली
नजरा निववणारी.
त्या सावलीशी जोडणारा नदीवरचा पूल

बांधतो आहे आज
माझ्या अस्तित्वाचा धागा
आपल्या बालपणाशी.
मला घेऊन जातोय तो पुनःपुन्हा
त्या डेरेदार झाडाखाली जिथं लपवली होती मी
माझी विटी आणि दांडू, बेसबॉल
आणि दोरीच्या उड्या मारण्यासाठी
चोरून घेतलेल्या लाकडी हाताच्या दोऱ्या आणि काय काय.
तू खोदलेल्या गलीत
अजूनही रुतून असलेली ती विटी
उडवायची आहे मला उंच आकाशात
आणि झेलायची आहे अलगद
माझ्याच ओंजळीत.
धावायचं आहे टोलवून बेसबॉल उंच आकाशात
श्वास लागेपर्यंत मारायच्या आहेत दोरीवरच्या उड्या
आणि जमलंच तर चाखायचे आहेत हजारो स्वाद तुझ्या डब्यातले.

कुठं निघून गेलीस अचानक माझा हात सोडून?
दमून गेलेय मी भटकताना केव्हापासून
या ओळखीच्या शहराच्या हरवलेल्या वाटेवरून;
तळपत्या सूर्याखाली चालताना तहानलेली मी
शोधते आहे तुझी स्वच्छ पाण्यानं भरलेली ओंजळ
माझ्या ओठाशी येऊन थबकलेली

आपल्या घराच्या वळणावर
रुईच्या पानांची माळ घालून बसलेला शेंदरी रंगाचा मारुती
गाल फुगवू बसला आहे विनाकारण
त्याची समजूत काढायचं ठरवलं होतं आपण दोघींनी.
घराच्या गाभाऱ्यात विसावलेल्या विठ्ठल रखुमाईसाठी
तू शिवलेल्या कपड्यांचा तलम स्पर्श
आजही जाणवतोय हातांना.
रखमाईची इवलीशी साडी हातात ठेवायची होती तुला माझ्या

५२ । विध्वंसाच्या वेदीवर चढण्याआधी...

पण आईच्या नजरेतली खोल जरब
शिरून बसली होती तुझ्या धमन्यांत.
पावसाच्या धारांवर बसून झोके घेताना
मी पायावर घेतलं होतं अलगद
तुझ्या त्या दुखऱ्या नजरेला
आणि सोडून दिलं होतं पावसाच्या पाण्यात.
पूर आलेल्या नदीचं तटतटलेलं पोट कुरवाळत
पावसात भिजायचं होतं तुला
पण आईनं बांधून ठेवलं माडीवरच्या घरात.
वळसेदार जिन्यांच्या गुंत्यात अडकून पडलीस तू कायमची.
खाली येण्याचे मार्ग बंद होताना
उसळलेला उमाळा दाबून उरात
बसून राहिली होतीस आतच
मी धडाधड उतरल्या वळणदार पायऱ्या
आणि मुक्त बागडले मला हव्या त्या अंगणात.

आज एवढ्या वर्षांनी परतले
कोंडलेल्या राजकन्येला शोधण्यासाठी
तर जिनेच कोसळलेले
बंद झालेले मार्ग तुझ्यापर्यंत पोचण्याचे.
किती खोल्यांची दारं उघडली तर दिसशील तू?
आत आहेस का तू
की गळून गेलीस
झाडावरून पडलेल्या पिवळ्या पानासारखी?

सखे
जुने दिवस परतत नाहीतच कधी
हवे वाटले तरीही
हे माहीत आहे मला
तरीही तू येऊन उघड दार
आता या बंद घराचं
आपल्या दोघींतल्या हरवलेल्या नात्यांचं.

विध्वंसाच्या वेदीवर चढण्याआधी... । ५३

खिडकीतून डोकावताना

मुलगी आवळून घेते ओठ
घट्ट
आणि बंद करते व्यक्त होण्याच्या साऱ्या शक्यता
तिच्या डोक्यात मात्र उघडलेल्या असतात
असंख्य खिडक्या.
त्या खिडक्यांतून ती डोकावते तिच्या आत
तेव्हा दिसतं एक कृष्णविवर.
मुलीला उतरायचं असतं त्या विवरात
जाणून घ्यायची असते त्याची लांबी रुंदी
आणि खोलीही.
आत चाललेले व्यवहार लपलेले असतात
तिच्यापासूनही
त्यांना बाहेर काढून पाहायचं असतं स्वच्छ प्रकाशात
लावायचा असतो अर्थ आपल्यापरीनं.
मुलगी उडी मारते खिडकीतून
आणि उतरते खोल काळोखात.
हाताला लागलेल्या असंख्य अक्षरांवरची काजळी बाजूला करून
ती निरखते त्यांना
बनवते शब्द तिच्या मनासारखे
त्यांना बांधून घट्ट
ती ठेवते जपून काळजाशी
खिडकीतून पुन्हा आत येते मुलगी
ओठांची दुमड सैल करून
सांडत राहते शब्द
तिला हवे ते
तेव्हा तिच्या काळजातल्या दुखऱ्या जागेची गाठ
सुटलेली असते तिच्या नकळत.

५४ । विध्वंसाच्या वेदीवर चढण्याआधी...

मेणबत्त्या घेऊन निघालेल्या मुली

मेणबत्त्या घेऊन निघाल्या आहेत मुली
न्यायाच्या शोधात.

सर्जनाचे सारे स्रोत
आटून जाताहेत आतल्या आत
गर्भाशयावर पडणाऱ्या अवकाळी थापेच्या आवाजानं.

कधी छिन्नविछिन्न होईल ते
या काळजीनं धास्तावलेल्या मुली
ओढून घेताहेत आपलं गर्भाशय
खोल काळजात
आणि ठेवू पाहताहेत जपून स्वतःसाठी.

मुलींना आता वाटत तर नाही ना
करावीशी दारं बंद
गर्भाशयाची?
किंवा असंही वाटू शकेल त्यांना
असू नये लिंग
फाळासारखं रुतणारं जमिनीत
आपल्या आत वाढणाऱ्या गर्भाचं.
असावी फक्त निर्मिणारी योनीच.
गर्भाशय उखडून टाकणाऱ्या हातांचं भय
वाढत गेलं
मुलींच्या मनात
तर मुलीच संपवून टाकतील
निर्मितीच्या साऱ्या शक्यता.

मुलींना आता सांगाव्या लागतील गोष्टी
पुरुषांतही लपलेल्या अपार मायेच्या
स्त्री आणि पुरुषात उमलून येणाऱ्या अलवार नात्याच्या,
त्यांच्यातल्या संवादाच्या.

मुलींच्या हातातल्या फडफडणाऱ्या मेणबत्तीभोवती
आता मुलांनाच धरावा लागेल हात
प्रकाशाच्या किरणांना वाचवायचं असेल तर!

सांगायला हवं मुलींना

उंच आकाशात
कबुतरं सोडावीत
तसं सोडून दिलं होतं मुलींना
त्यांच्या आयांनी मुक्त.
मुली शोधत होत्या स्वतःला
रंगबेरंगी छटांत आभाळाच्या,
स्पर्शत होत्या क्षितिजाच्या कडांना.

ओंजळीत भरून घेताना आयुष्य
अचानक भरून गेलं आकाश
काळ्या पिवळ्या सावल्यांनी
शिकाऱ्यांच्या.

मुलींच्या आयांच्या हातातली वेगानं फिरणारी फिरकी
थांबलीय आता.
ती उलटी फिरवून
आया खेचताहेत हातातला मांजा

विध्वंसाच्या वेदीवर चढण्याआधी... । ५७

आणि आणताहेत खाली
मुलींचे उंच उडणारे पतंग.
कोणी काटलेच ते आकाशात
आणि लटकल्या मुली अधांतरी तर...
या काळजीनं हबकलेल्या आया
सातच्या आत घरात असा इशारा देताहेत मुलींना.

मुली हिरमुसल्यात
तरी समजावताहेत स्वतःला.
सारं अस्तित्व उखडून टाकणारे ते क्षण टाळण्यासाठी
त्या मिटून घेतात पंख
आणि कोंडून घेतात स्वतःला
घर नावाच्या खुराड्यात.

असे क्षण
फेकून द्यायचे असतात
मना-शरीराबाहेर
चिमटीत धरून,
जमलंच तर
शिकाऱ्यांच्या डोळ्यांत
ठासून भरलेल्या सत्तेच्या
उडवायच्या ठिकऱ्या शांतपणे
येशूसारखे
क्रूसावरचे हात जोडून
आणि
सावलीलाही असतं तिचं अस्तित्व
हे सांगायचं गर्भात वाढणाऱ्या अभिमन्यूच्या कानात.

मुलींना
आता सांगायला हव्यात
कुणीतरी या साऱ्याच गोष्टी.
जमलंच तर त्यांच्या आयांनीच.

५८ । विध्वंसाच्या वेदीवर चढण्याआधी...

उदास मुलगी

मुलगी बसून आहे
उदास
एकटी
भरलेल्या वर्गात
बाई शिकवताहेत इतिहास अश्मयुगाचा
गुहेत राहणाऱ्या
अन्
कडेकपारीत भटकणाऱ्या माणसांचा.
त्यांच्या अनावर झालेल्या वासनाविकारांचा
आणि त्यातून जन्माला आलेल्या संस्कृतीचा.
रोज छिन्नविछिन्न होणाऱ्या योनीच्या बातम्यांनी
उदासलेल्या मुलीला
लागत नाही अर्थ संस्कृतीचा.
डोळ्यांत उमटलेले प्रश्न घेऊन
मुलगी बसून राहते खिन्नपणे
वाट पाहत राहते
बाई वर्तमानात परतण्याची.
मुलीला विचारायचे आहेत अनेक प्रश्न संस्कृतीविषयी
माणसातल्या विकृतीविषयी
त्या दोघांतली संगती न लागण्याविषयी...
वर्तमानाशी संबंध नसतो इतिहासाचा
असं म्हणत बाई संपवतात प्राचीन इतिहास.
तेव्हा मुलगी आश्चर्यचकित
पाहत राहते बाईंकडे.
शरीरमनाला व्यापून राहिलेल्या मादीपणाला
गोळा करून दप्तरात
मुलगी उदास
बसून राहते भरलेल्या वर्गात
मुलगी बसून राहते
उदास छायेत संस्कृतीच्या.

धारदार पंजानं

धारदार पंजानं
ओरबडून काढलं त्यानं त्याच्या मैत्रिणीचं इवलंसं गर्भाशय
तेव्हा मुली भेदरल्या हरणासारख्या
धावू लागल्या सैरावैरा स्वतःला वाचवण्यासाठी
काहींचे ससे झाले इवले इवले अन्
बसले जाऊन आपापल्या बिळांत
खारीसारख्या उड्या मारणाऱ्या पोरी
गोगलगायीसारखं अंग ओढून आत चालू लागल्या अचानक.
आपल्या मैत्रिणीबरोबर राहायचं होतं त्या सगळ्यांनाच
पेटवायचं होतं सारं रानं हातात असलेल्या मेणबत्त्यांनी
शोधायचे होते अवशेष तीक्ष्ण पंजाचे
पण शोध लागत नाही मुलींना कसलाच
समजत नाही
तोडलेले लचके निवांत खाणाऱ्या तरसाची मानसिकता.
त्याला वाटतं कशासाठी करतात या अकांडतांडव
शांत राहिल्या तर देईन सोडून माझी भूक भागल्यावर.

भुकेचे अर्थ कळत नाहीत मुलींना
आणि मेणबत्त्यांचे तरसाला.

आत्महत्येच्या काठावरून

जगण्याच्या साऱ्या शक्यतांचा विचार करून
उभी राहिले आत्महत्येच्या कड्यावर.
पाणी आटून तडे गेलेल्या जमिनीवर उभं राहणं तसं कठीणच
पण मी आजमावल्या झरा लागण्याच्या शक्यता.
झाडाच्या फांदीवर लटकवताना दोर
गळ्यातून काय काय उमटू शकतं
आवाज बंद होताना
याचेही बांधले अंदाज.
वावरात पडून असलेल्या वांझ बियांची चौकशी केली
तर विहीर भरेल परसातली
त्यांच्या अश्रूंनी
आणि कदाचित सापडतील ओल्या खुणा सर्जनाच्या
असंही वाटत राहिलं खोल आत.
मी पक्षांच्या परतण्याचीही पाहिली वाट
निरंतर
माझ्या पसरलेल्या हातांनी साकडं घालून बोलावलं हिरवाईला
मुलामाणसांच्या डोळ्यांच्या कडांवरून मारला फेरफटका
आणि अंदाज घेतला
माझ्या नसण्यानंतरच्या काळात
काय काय साठून राहू शकतं पापण्यांच्या मेरांखाली.

आत्महत्येच्या काठावर उभं राहून
काय काय पाहावं लागतं बाईला, आईला याचाही केला विचार
आणि वळले पुन्हा एकदा
जगण्याच्या पसाऱ्याकडे.

विध्वंसाच्या वेदीवर चढण्याआधी... । ६१

नव्या मनूच्या कविता

शब्द भिरभिरत जातात
वाऱ्यासोबत आसमंतात
आणि भेटतात
वेगवेगळ्या भाषांच्या आत लपलेल्या आपल्याच भावंडांना.
खोल डबक्यात उडत जाते विलक्षण खळबळ
जन्माला येतात हजारो कविता
नव्या मनूच्या नव्या युगाच्या.

काळ्या कातडीला करुणा वाटते
अंत्यजाच्या मुलाविषयी
जुना मनू नाकारणारी बाई
करू लागते
योनीमनीच्या गोष्टी.
मार्क्सबाबाला भेटल्यावर

६२ । विध्वंसाच्या वेदीवर चढण्याआधी...

तळपायला लागते कामगाराची तलवार
सकाळपासून रात्रीपर्यंत निरर्थकाच्या घोड्यावर स्वार माणसाला
भेटतो मेरसॉ
तेव्हा कळायला लागतो त्याला
तोच तो चहा आणि तेच ते रंजन याचा अर्थ.
तो बोलू लागतो गोष्टी
मनाचा दगड करणाऱ्या प्रवासाविषयी.
सिमॉन शिरते गोलपीठात फेकल्या गेलेल्या
आपल्या मैत्रिणीच्या घरात
उलगडत जाते कहाण्या शोषणाच्या
तेव्हा जाणवायला लागतो अर्थ निर्वाणाआधीच्या पीडेचा.
द्रौपदीच्या साडीचा पदर पोचतो
डेस्डिमोनाच्या कलेवरावर पसरण्यासाठी
दुर्योधनाची लालसा घेरून टाकते लेडी मॅकबेथला
आणि इडिपसची आई सटवीच्या स्वप्नात येऊन म्हणते,
कसली विधिलिखितं लिहून पुरवतेस मटेरिअल फ्रॉईडला?
तर सटवी म्हणते,
मी सोपवलं आहे या जगाचं विधिलिखित
हुकमाच्या एक्क्याच्या हाती.
पण तो बेभान निघालाय कापत
तरारून आलेलं पीक शब्दांचं.
सटवीला कळत नाही
तिनं लिहिला नसताना विनाश
या देशाच्या भाळावर
कुठून उमटले हे शब्द त्याच्या ललाटावर
कुठल्या जमिनीतला वारा घेऊन आला
दहशतीच्या बिया
ज्या रुजत चालल्यात वेगानं दिसेल त्या जमिनीत
संभ्रमित सटवी फिरते आहे केव्हापासून
शोधत विनाशी शब्दांचं मूळ
रुजणारं आणि फुलणारं
या मातीत.

पसायदान

बाई
तुझी वेदना जाणणारा स्पर्श मिळो
तुझ्या मनाच्या काठावर विसावलेल्या पुरुषाला
त्याच्या आत लपलेली बाई सापडो
तुझ्या ओठांच्या मेरांवर हास्य उगवून येवो
तुझ्या सर्जनाचा झरा खळाळत राहो
तुझ्यासाठी एक दिवस राखून ठेवलेल्या पुरुषांना
वेदनेचे स्रोत दिसोत
तुला विनोदाचा विषय बनविणाऱ्यांना बाईपणाचा
अर्थ कळो
बाई तुलादेखील स्वातंत्र्याचा अर्थ कळो
करुणरसात रंगवलेल्या तुझ्या चित्रांतून बाहेर पडण्याचा मार्ग सापडो
तुझा स्वतःचा अवकाश शोधण्याचे बळ तुझ्या पंखात येवो
जगणं सोलून
आपल्या सत्त्वाच्या केंद्राशी पोचण्याची ऊर्मी
तुझ्या आत दाटून येवो
प्रत्येक दिवस प्रत्येक रात्र
तुझ्या ओटीपोटातून उगवून येवो
आणि त्यातील प्रहरांवर
मोहरलेले क्षण लगडून येवोत.

६४ । विध्वंसाच्या वेदीवर चढण्याआधी...

काळंकभिन्न वास्तव

खोल डोहात फुटावे असंख्य बुडबुडे
तशा फुटताहेत हजारो किंकाळ्या रोज
चिमुकल्या गर्भाशयाच्या.
डोंगर दऱ्यांतून घुमताहेत सूर
भेसूर
अश्रूंच्या प्रपातांचे,
शरीरावर कोसळणारे मुंगळे पसरत चालले आहेत
घरदार, नदी, पहाड पादाक्रांत करत.
मुली धावताहेत सैरावैरा
शोधत द्रौपदीला वस्त्र पुरवणाऱ्या कृष्णाला
तर तोच शोधत असतो जागा
गोपींनी उतरवलेली वस्त्रं लपवण्यासाठीची.
हताश मुली
शिरतात गाभाऱ्यात
तर आत काहीच दिसत नाही काळोखाशिवाय
मागे परततात वेगानं
तर दारं बंद होत जातात प्रकाशाची.
युगानुयुगे अंधार अंगावर घेत
चीत्कारत राहतात त्या
मिटल्या ओठांनी.

विध्वंसाच्या वेदीवर चढण्याआधी... । ६५

मुली धावताहेत निरंतर मनातल्या मनात.
नेमकं कोणापासून वाचवायचं आहे स्वतःला हेही
विसरल्यात मुली.
त्या बसून राहतात घरट्यातल्या पाखरांसारख्या चिडीचूप.
नुसत्या चाहुलीनेही ठोका चुकतो छातीचा.
पंखांचा फडफडाट करत
त्या ओढून घेतात स्वतःला आत आत
आपल्याच गर्भात.
मुलींना वाटतं मुटकुळं करावं स्वतःचं
आणि लोटून द्यावं आत,
बंद करून दार गर्भाशयाचं स्वस्थ पडून राहावं उबदार.
पण फोडलेल्या दारातून कोसळत राहतात वीर्याचे उन्मादी लोट
मुली थरथरत राहतात पावसानं झोडपलेल्या वेलीगत.

मुली मरतात रोज हजारो मरणं.
मरताना त्यांच्या डोळ्यांत उतरत नाही
माजावर आलेल्या पुरुषांची छबी
की उन्मत्त सत्तेचा हिंस्र चेहरा
उमटतं फक्त आश्चर्य.
आपल्या तोंडात पुरुषार्थ कोंबणाऱ्या
त्याच्या मनगटावरचा
लालपिवळा धागा कोणाच्या विश्वासातून रंगला असेल?
असा प्रश्न पडतो त्यांना.
क्रूसावर लटकवलेल्या आपल्या सताड उघड्या डोळ्यांनी
मुली पाहत राहतात त्या धाग्याकडे,
त्याच्या मागच्या असंख्य कहाण्या आठवत मुली
मिटतात डोळे कायमचे
तेव्हा थिजलेल्या डोळ्यांत साचत जातं थारोळं
संस्कृती नावाच्या
काळ्याकभिन्न वास्तवाचं.

६६ । विध्वंसाच्या वेदीवर चढण्याआधी...

माझ्या प्रतिबिंबाशेजारी...

माझ्याच प्रतिबिंबाशेजारी बसून
मी डोकावते आत,
सापडत नाही काहीच.
केवळ पोकळी
अमर्याद
व्यापून राहिलेली साऱ्या अस्तित्वाला.
भयाण शांतता.
आवाज नाही उमटत कसलाच आतून
केवळ चीत्कार आसमंत व्यापून.
एकच कल्ला करत
मुली म्हणतात,
आम्हांला तोडायचे आहे कुंपण
आणि धावायचे आहे सुसाट
धाप लागेल कदाचित
पण थांबेल डचमळून येणं आतल्या आत
सापडेल चेहरा
बुरख्याआड लपलेला.

माझ्या प्रतिबिंबाशेजारी बसल्या आहेत मुली
वाट पाहत
मी बाहेर येण्याची.

शब्द

शब्द
होताहेत
हिंसक
आणि
आवाज
विध्वंसक.
उठताहेत
वावटळी
इमोशनल
गलबला वाढला आहे
रणसंगीताचा
धुरळा पसरत चाललाय
इतिहासातील पात्रांचा.

मी झाले आहे
घनदाट घुसमट
या काळाची.

६८ । विध्वंसाच्या वेदीवर चढण्याआधी...

कदाचित...

पाणी वाहतंय खळाळत खोल खोल आत
आणि तिला पत्ताच नाही.
ती टाकते आहे धापा
कोरडे श्वास घेत
फोडतेय टाहो
व्हेन्टिलेटर लावा म्हणून.
झाडांचे झोपाळे थांबलेले हालायचे
वारा गायब
आणि
आकाश निरभ्र.
एक एक श्वास कमी होत जाताना
जाणवणारी जगण्याची ओढ
तिला बांधून ठेवते स्वतःशीच.
माणसं बांधताहेत बंधारे, धरणं
घरातल्या बगिचावर पांघरतात हिरवळ
लावतात झाड
श्वासाचं.
पण नाही भरता येत श्वास तिच्या फुप्फुसात.
तिला घेऊन जायला हवं आता
तिच्या गर्भाशयातल्या पाण्यापर्यंत,
त्यात मनमुराद बागडणाऱ्या
तिच्यात दडलेल्या लहानग्यापर्यंत.
तिला आणलं तिच्यातल्या अविरत वाहणाऱ्या झऱ्यावर
तर कदाचित ओल येईलही
कोरड्या ठणठणीत आयुष्यात.

विध्वंसाच्या वेदीवर चढण्याआधी... । ६९

माझ्या बायांनो...

माझ्या बायांनो,
किती सुखी सुखी असता देवघरात, माजघरात, स्वयंपाकघरात
आपल्या आराध्य दैवताची पूजा करताना
ओसंडत असतो चेहरा
कृतार्थ
पदराआड.

घराच्या चार चौकटींना
असते महिरप घरंदाज
भिंतीच्या श्वासातून सुटत नाही निःश्वास
उंबरठ्याआड असतो
वडिलोपार्जित दरारा
पाऊल घुटमळत असलं दारात तरी
पडत नाही ते बाहेर चुकूनही.

माझ्या बायांनो...
शंभर वर्षं उलटून गेलीत आता
तरी कशासाठी सांभाळता आहात हा वेदनेचा घरंदाज वारसा
घुसमट भरून राहिली असेल घराच्या वाशांतच
तर कसा सांभाळेल तो घराचा डोलारा.
उखडून टाकायला हवा आता
घराचा उंबरठा.
आतलं आणि बाहेरचं असं नसतं काही
हे पटवायला हवं स्वतःलाच.
बायांनो बाहेर पसरली आहे स्वच्छ हवा.
श्वास घ्या अन्
मोकळे करा पैंजणांचे घुंगरू
परसातील आडाचे खोल तळ
बुजवून टाका नव्या मातीनं
त्यावर लिहा गाणं आभाळाला हात पोचणाऱ्या मुलीचं.
बायांनो बाहेर या स्वयंपाकघरातून, माजघरातून, देवघरातून
आणि करा पायाभरणी
आकाशाला कवेत घेणाऱ्या
तुमच्या अस्तित्वाला ओळखणाऱ्या
या भुईवरच्या
तुमच्या घराची.

विध्वंसाच्या वेदीवर चढण्याआधी... । ७१

मी चालते आहे

मी चालते आहे या वाटेवरून
रात्रंदिवस न थकता
केवळ तुझं नाव आहे या रस्त्याला म्हणून
पायाला लागलेली तुझ्या नावाची माती
कपाळावर गोंदवून
शोधत राहते

त्यात सांडलेले कण तुझ्या विचारांचे.
पण हाती लागत नाही काहीच
अगदी तू दाखवलेला प्रकाशही
दिसत नाही अंधूकसा
या रस्त्यावर उसळलेल्या रोषणाईच्या झगमगाटात.
वाद्यांच्या कोलाहलात
हरवून गेला आहे तुझा आवाज
बेधुंद थिरकणारे पाय
कोणाच्या नावाचा चिखल तुडवत निघाले आहेत
नेमके
हेही ठाऊक नाही
या वाटेवर उसळलेल्या बेहोश गर्दीला.
तुझ्या विचारांचं स्फुल्लिंग पेटवत ठेवलं होतं
कित्येक दिवस
या वाटेवरून चालत आलेल्या माणसांनी.
आज बसून दुतर्फा रस्त्याच्या
ते पाहताहेत विझलेल्या मनांनी
ही अनोळखी वाटणारी गर्दी.
अमानुष आनंदाचे चीत्कार करत उधळली आहे ती
चौखूर
तुझ्या नावानं पोळी भाजणाऱ्यांचे आदेश पाळत.
त्यांना कसा दाखवू प्रकाश
तू आमच्या हातात सोपावलेला
ह्या दाटून आलेल्या काळोखात?
पडझड होत जाते रस्त्यांची
पडझड होत जाते माणसांची
आणि त्यांच्या विचारांचीही
जेव्हा त्यांचे पुतळेच
मोठे होत जातात त्यांच्यापेक्षा
हे माहीत असूनही
मी चालते आहे या वाटेवरून
केवळ तुझं नाव आहे रस्त्याला म्हणून.

विध्वंसाच्या वेदीवर चढण्याआधी... । ७३

तवंग

तवंग चढत चाललेत संबंधांवर
कंटाळ्याचे
कुणालाच येत नाही उचंबळून
एकमेकांच्या सोबत असण्यानं
निःशब्द बसून आहेत सारेच
आदिम काळोखात बसल्यासारखे
चाचपडताहेत स्वतःलाच
आणि स्वतःबरोबर इतरांनाही
नाही लागत हाताला
ओलावा.
चिकट द्रव पसरत चाललाय फक्त
नात्यांच्या गाभ्यावर
त्वचेसकट सोलून काढला तरी
नाही जात ताण पसरलेला सभोवताली.
शब्द सांडून सर्वत्र
अलगद शोषून घ्यावा कंटाळा
असंही वाटेनासं झालंय आता.

७४ । विध्वंसाच्या वेदीवर चढण्याआधी...

तवंग चढत चाललेत

तुंबलेल्या गटाराचं पाणी
वाहतं आहे बेभान
भरवस्तीत
आणि तिला मात्र स्वप्नं पडताहेत
चित्रकलेच्या वहीत काढलेल्या
कौलारू घराची,

विध्वंसाच्या वेदीवर चढण्याआधी... । ७५

त्याच्या बाजूनं वाहणाऱ्या
खळाळत्या झऱ्याची,
पाठीमागे उभ्या असलेल्या
त्रिकोणी डोंगरांची
आणि त्यांच्या खाचांतून
उगवणाऱ्या
अर्धवर्तुळाकार सूर्याची.

सूर्याचा प्रकाशही न लागलेल्या
आदिम भिंती
उभ्या आहेत
मुडदूस झालेल्या पोरागत
पायांच्या काड्यांवर
तरी आधार वाटतो त्यांचा
स्वप्नाबाहेरच्या तिच्या जगात.
काळवंडलेल्या भिंतींच्या ह्या कॅनव्हासवर
चढत जाताहेत तवंग
पाण्याबरोबर वाहत आलेल्या
कित्येक संसारांवर
चढलेल्या काजळीचे.
तिच्या भिंतीवर लटकलेल्या
देवदेवतांवर पसरत जाताहेत ते.
चेहरा दिसेनासा होतो हळूहळू
तसबिरीच्या आत लपलेल्या
तिच्या श्रद्धेचा
तरीही विसंबून तिच्यावर
वाट पाहत राहते ती
पाणी ओसरण्याची.

७६ । विध्वंसाच्या वेदीवर चढण्याआधी...

मेसेज बॉक्स

मेसेज बॉक्स
भरगच्च भरलेला
सुविचारांनी,
निरोपांनी,
पत्ते आणि बातम्यांनीही.
मी डिलीट करते
सारे निरोप
आणि पत्तेही
माणसांसकट.

बातम्या
कोणाच्या मरणाच्या
स्मरणाच्या
नाहीतर तरण्याच्या
नाही जोडून घेता येत मला
माझ्या जगण्याशी.
सुविचारांचं ओझं
नाही पेलवत
माझ्या डळमळीत झालेल्या खांद्यांना.
ते उतरवून टाकते मी
एक एक बटन दाबून.

रिकामा मेसेज बॉक्स
पडून राहतो उजाड जमिनीसारखा
थोड्या वेळासाठी
संबंधांचं ओझं उतरवून
एकटी होताना
ओलांडते परक्या शब्दांना
शोधत राहते खुणा माझ्या अस्तित्वाच्या
रिकाम्या चौकटीत.
स्वतःचा शब्द शोधताना
फिरत राहतात बोटं अक्षरांवरून
उमटत जातो एक एक शब्द
रिकाम्या स्क्रीनवर.
सवयीनं बोटं पाठवतात मेसेज
फोनबुकमधील अक्षरं झालेल्या माणसांना.

मेसेज बॉक्स भरून जातो
पुन्हा एकदा
निरोपांनी,
बातम्यांनी
सुविचारांनी,
आणि नको असलेल्या संबंधांनी.

७८ । विध्वंसाच्या वेदीवर चढण्याआधी...

गौरी

श्रावणसरींच्या पारंब्यांवर बसून
झोके घेत गौरी म्हणाली,
आता येतील सगळ्याच
हातात घेऊन मंगल कलश
ठेवतील कसली कसली वाणं माझ्यासमोर,
आणि घेतील शपथा
घेतला वसा न टाकण्याच्या.
मला कंटाळा आलाय बसायचा आता
त्यांनी मांडलेल्या त्या चौरंगावर निमूट,
किती दिवस खेळायचा झिम्मा
आणि झुलायचं परंपरांच्या पारंब्यांवर
मला पडायचं आहे बाहेर
चौरंगाच्या चौकटीतून
उतरायचं आहे आता जमिनीवर
थेट पावसासारखं
रुतायचंय खोल आदिम मुळांसारखं
पायाला माती लागली
तर ओळख होईल पुन्हा एकदा
माझी माझ्याशीच नव्यानं.

विध्वंसाच्या वेदीवर चढण्याआधी... । ७९

पर्याय

शहराच्या नसांतून वाहते आहे
प्रसन्न सकाळ.
शहर स्वच्छ नखशिखांत
पाऊस पडून गेल्यानं नुकताच.
झाडामाडांनी बहरून गेलं आहे शहर.
मुलं-माणसं होऊन रंगीबेरंगी फुलपाखरं
भिरभिरताहेत शहरात पसरलेला सुगंध टिपण्यासाठी.
प्लॅटफॉर्म निवांत
लोकलमध्ये खेळतंय मोकळं वारं
फूटपाथ सुशोभित
अंथरून पायघड्या पिवळ्याधम्मक फुलांच्या
श्वासात गंध मंदसे
आणि डोक्यावर आभाळ निरभ्र.

असे हवेहवेसे तुकडे शहराचे
सापडतात पुस्तकाच्या पानांत अधून-मधून
तेव्हा इमारतींच्या ढिगाऱ्यावर पसरून राहिलेल्या धुराखाली
जळणारं बकाल वस्तीतलं जगणं
मी चिवडत राहते डोळ्यांनी
एक भलं मोठं डंपिंग ग्राऊंड झालेल्या शहराला सुटलेली दुर्गंधी
श्वासावेगळी करून
मी उलटत राहते पुनःपुन्हा
पुस्तकाची पानं.
आपलं जगणंच इतिहासजमा होत चाललेलं असताना
दुसरा काय पर्याय उरतो माणसाकडे.

८० | विध्वंसाच्या वेदीवर चढण्याआधी...

मुंबई – १

तुझ्या सात बाय सातच्या खुराड्यात मावत नाही
हा माणसांचा पसारा.
कितीदा करून घेतलेस नवे बदल
जागा बदलल्यास भिंतींच्या
मिळवलास एफएसआय समुद्रात भर टाकून
तरी कमी पडतेय जागा
तुझ्या विस्तारणाऱ्या कुटुंबासाठी.
एका घरात राहिली माणसं दहा स्वभावाची की होतात स्फोट
मनातल्या मनात
हे माहीत असूनही कशासाठी हादरते आहेस तू
आतून बाहेरून.
दुभंगलेल्या मनात होणाऱ्या दंगली
थोपवायच्या असतात तुला.
तू सांगतेस चार शब्द समजुतीचे
पण विसरतात पोरं चार दिवस प्रेमानं वागून.
कामाला लागतात नव्या उमेदीनं म्हणून सुखावतेस तू
पण मनात वागवत असतेस एक अनामिक भय.
बसतेस रात्रंदिवस शून्यात डोळे लावून

मुंबई
किती दिवस झोपली नाहीस निवांत
पोटाशी पाय घेऊन.
समुद्राला उशाशी घेऊन
आडवी हो आता कायमची
पोरांनाही कळू दे तुझी मरणासन्न झालेली अवस्था.
तुझ्या वाकलेल्या मणक्यावर उभा राहिलेला घराचा डोलारा
हलू दे आता..
मुंबई
शेवटचा श्वास घेण्यापूर्वी
कोणता वारसा देणार आहेस नेमका
ते लिहून ठेव तुझ्या मृत्युपत्रात.

विध्वंसाच्या वेदीवर चढण्याआधी... । ८१

मुंबई – २

भुसभुशीत रेतीचे पाय असल्यावर
कसे कळणार तुला
मातीत मुळं रुजलेल्या माणसांचे प्रश्न.
रिकाम्या कोठारांचे उसासे,
गळफासाच्या दोरांचं आक्रंदन
त्यांच्या जिवाची काहिली पोचणार नाही
तुझ्या एअरकंडिशण्ड खोलीत;
उधाणलेला समुद्र पसरलेला असताना चहूबाजूंनी
नाही कळणार त्यांची पाण्यासाठीची वणवण.

वाळूभरल्या मातीत रुजत नाही काहीच.
गुदमरून टाकणाऱ्या गर्दीचा वास
अंगावर घेऊन जगणाऱ्या माणसांच्या घामाला
फुटत नाहीत अंकुर.
काँक्रीटच्या जंगलात रुतत चाललेल्या माणसांना नसतातच मुळं
असं म्हणणाऱ्या
सह्याद्रीच्या कड्यांनी फाट्यावर मारलंय तुला
त्यांच्या उंचीला नाही पोचता यायचं तुला कधीच.

मुंबई,
समुद्राची भर करणाऱ्या
तुझ्या अश्रूंना नाही विचारत कोणीच आता.
तुझ्या मरणाचं मातम साजरं करायला
लोक येताहेत
चहूबाजूंनी आक्रमण करत.
तू उद्ध्वस्त हो
तू संपून जा कायमची
तू तयारी कर मरणाची
मुंबई,
आता खोद कबर स्वतःसाठी हुतात्मा चौकातच.

८२ । विध्वंसाच्या वेदीवर चढण्याआधी...

काश्मीर मला भेटलेलं...

१. सब ठीक ही है

खळाळती नदी
डोंगरउतारावर रचलेली हिरवीगार घरं
एक सुंदर चित्र दऱ्याखोऱ्यांचं
जन्मताच लाभलेलं.
अंगावर येणारे पहाड
कधी कोसळतील आणि करतील
उद्ध्वस्त आयुष्यांना
याचं भय नाही वाटत त्यांना
मनातलं श्वापद मात्र उभं राहिलं शिंग रोखून
की अस्वस्थ होतात ते.
मग सांगत राहतात स्वतःलाच पुनःपुन्हा
सारंच आलबेल असल्याचं.
आतल्या आत धुमसणाऱ्या दऱ्याखोऱ्यांवर
अंथरतात बर्फाची चादर

विध्वंसाच्या वेदीवर चढण्याआधी... । ८३

गारवा आणतात आयुष्यात
आणि म्हणतात,
पहले बीमार था ए मुल्क
सुधर रही है अब आबो हवा
वैसे तो ठीक ही है अब सब.

एक दबलेला हुंकार ओठात घेऊन वावरणारा धर्म
नाकारायचा आहे त्यांना
पण धावत सुटतात बांग ऐकल्यावर अजानसाठी.
काय पुटपुटत असतात ओठातल्या ओठात
ते कळत नसतं त्यांनाही.
कदाचित म्हणूनच म्हणत असतील पुनःपुन्हा
सब ठीक ही है अब.

२. बोलू नका काळजातलं

खरंच वाटतं का तुम्हाला
काही बिनसलं आहे आमचं म्हणून.
छानच चाललं आहे तसं.
पण प्रश्न पडत राहतात सतत
जन्मताच आलेल्या या पोरकेपणाबद्दल.
आम्ही कोणत्या भूमीचे नेमके
हे न सांगताच चालवता आहात हा देश
एका भल्या मोठ्या ऐतिहासिक घरात बसून.
विचारलाच कधी एखादा प्रश्न तर
बसवता रांगेत देशद्रोह्यांच्या
तेव्हा
खूप दुखतं आत.

पाहुणे आहात आमचे
आलात तर दोन घास खा.
श्वासात साठवा ही अस्वस्थ हवा
पण बोलू नका काळजातल्या गोष्टी..

८४ । विध्वंसाच्या वेदीवर चढण्याआधी...

३. लपंडाव अंधार उजेडाचा

अंधार शिरावा आरपार तसे शिरले ते घरात
म्हणाले,
प्यास लगी है
कुछ पिलाओ.
थान दुखेपर्यंत बकरीची
पिळत राहिलो दूध त्यांच्या तोंडात.
मग म्हणले,
भूक लगी है
खाना परोसो.
चुलाणं धगधगत ठेवली
त्यांची भूक भागेपर्यंत.

मग म्हणाले, भूक लगी है
औरत चाहिएँ
पेटत राहिल्या थंडगार चिता
अंधार कोसळेपर्यंत.

प्रकाशाचे दूत शिरले घरात
शोधत राहिले अंधाराच्या सावल्या.
नाही सापडलं प्रतिबिंब कोणाचंच
आमच्या डोळ्यांत.
तेव्हा म्हणाले शांतपणे
प्यास लगी है
भूक लगी है
भूक लगी है
निछोडलो दूध बकरी का
बनाओ बिर्यानी बकरे की
डेझर्ट के लिए चलेगी
कोई मिठी छूरी नैने की...
त्यांच्या लपंडावात बाद होणाऱ्या बाहुल्यांचा ढिगारा

विध्वंसाच्या वेदीवर चढण्याआधी... । ८५

कधीपासून उपसतोय तो कमरेत वाकलेला माणूस
दल सरोवरातून.

४. बुरख्यातल्या मुली

बुरख्यातल्या मुलींना
आणलं जातंय शाळांतून अलीकडे
खास बागेत.
मुलींच्या चेहऱ्यावर पसरलेलं कुतूहल जगाविषयी.
त्यांना हेवा वाटतो
मुक्त बागडणाऱ्या इतर मुलींचा.
कोवळ्या सफरचंदागत रसरसलेला कोणत्याही मुलीचा चेहरा
इतका सुंदर दिसतो
हे विसरून गेलेल्या मुलींना वाटतं
आभाळ कवेत घेण्यासाठी आपणही पसरावेत दोन्ही हात
आणि ठोकावी किंकाळी नाळेपासून
जी जाईल भेदून आरपार निळे ढग.
पोटातलं भय संपून गेलं कायमचं तर
आपल्यालाही हसता येईल मुक्त.

शाळेत परतण्याआधी
पोटातला गुब्बारा भयाचा
अलगद फोडून घेतात त्या
हसणाऱ्या मुलींकडून,
मुली हळूहळू चमकायला लागतात
सफरचंदासारख्या.
लालचुटूक ओठांच्या मुली
बोलत राहतात
मनात उमलून आलेल्या कमळकळ्यांविषयी.
सारं सरोवर कमळांनी भरून आलेलं
आणि मुली वल्हवत आपला शिकारा
हसताहेत एकट्याच
पोटातल्या गुब्बाऱ्याला स्वतःच टाचणी लावून.

गर्दी

१.
कोणत्या कोणत्या दारांशी बसून आहेत माणसं
केव्हाची.
बदलताहेत रोज नवे उंबरठे
नव्या नव्या देवांच्या दारांचे.
वेगवेगळ्या सुरात रडून दमलेल्या प्रार्थना
मख्खपणे बसतात त्यांच्या पायांशी
तेव्हा तेही टेकतात
थकून क्षणभरासाठी.
त्यांच्या पायात रुतलेल्या खिळ्याला छेदत
घरंगळत खाली आलेली रक्ताची धार
पसरत जाते साऱ्या अस्तित्वावरून
तेव्हा त्यांना नाही विचारत कोणीच वेदनेचा अर्थ.
ते निमूट पाहत राहतात
स्वतःतून हरवलेल्या गर्दीकडे.
त्यांच्यासमोर पदर पसरणाऱ्या गर्दीचा चेहरा
होत जातो त्यांच्याएवढाच करुण.
तेव्हा नाही पुसता येत त्यांना
गर्दीचा धूळभरला चेहरा आपल्या जखमी हातांनी.

विध्वंसाच्या वेदीवर चढण्याआधी... । ८७

गर्दीच लटकली आहे आता क्रॉसवर
तिला नाही टेकवता येत पाय जमिनीवर
आणि जाताही नाही येत वर आसमंतात.

२.
बाजार मांडून बसलेली श्रीमंती
मॉल्सच्या जाळ्यांत
साद घालते आहे गर्दीला.
करते आहे काबीज
चळवळींच्या बाजारपेठा.
गर्दीला कळत नाही
कुठं जावं नेमकं
आणि कोणाबरोबर.
अशा वेळी कवी वाट दाखवतो गर्दीला.
सर्जनाच्या दांडीवर वाळत घालतो तो माणसांना
आणि झोके घेत राहतो निवांत.
गाणी म्हणता म्हणता चळवळीची
तो गुणगुणायाला लागतो जिंगल्स
आबादीची.
लाल बावटा हातात घेऊन भटकतो मॉल्समधून
तेव्हा गर्दीला कळत नाही कोणाच्या खांद्यावर ठेवावा आपला झेंडा.
गर्दी शोधत राहते आपला मसिहा
अचानक सुटते सुसाट
सर्जनावर करत वार
फडकावते संस्कृतीचा सनातन झेंडा.
कवी घायाळ
पाहत राहतो असाहाय्यपणे हिंस्र चेहऱ्याकडे
गर्दीच्या
आणि विस्कटलेल्या चेहऱ्यानं चढतो वेदीवर
हात पसरून लटकतो आपणच तयार केलेल्या
आपल्याच क्रूसावर.

८८ । विध्वंसाच्या वेदीवर चढण्याआधी...

बदललेले संदर्भ

स्वतःला माझ्यावर सोपवून
निवांत बसलेल्या घराची दारं
मी बंद करते
आणि शिरते शॉपिंग मॉलमध्ये.
संशयाची पाखरं भिरभिरत नसतानाही
ते तपासतात माझ्या चोर असण्याच्या शक्यता
निर्विकार चेहऱ्यानं.
मी यशस्वी होते पटवून देण्यात माझा प्रामाणिकपणा
तेव्हा ते सोडून देतात मला
भेदण्यासाठी चक्रव्यूह
चहूबाजूंनी आदळणाऱ्या हजारो ब्रँडचा.
मी चढत राहते वस्तूंचा डोंगर
एलिव्हेटरवर उभी राहून पाहते
मॉलला लागलेल्या माणसांच्या मुंग्या.
भस्म्यानं पछाडलेल्या लोकांच्या भुका
जाणवत राहतात मला माझ्या आतड्यात.
सूज चढलेली माणसं रिकामी होतात खिशातून
भरल्या हातांनी पडतात बाहेर
घराची आठवण होऊन अचानक.

घर वाट पाहत असतं त्यांची
आणि माझीही
मी घ्यावं त्याला माझ्या कुशीत म्हणून पाहत राहतं
आसुसून
पण बदललेले असतात सारेच संदर्भ
माझ्या कुशीचे आणि त्यात शिरू पाहणाऱ्या घराचेही.
घर असतं माझ्यासाठी काही स्केअर फूट जागा
वस्तू साठवण्याची
आणि कूस
मूठभर हृदयाची इमोशनल जागा
जमलीच तर जपून ठेवण्याची.

विध्वंसाच्या वेदीवर चढण्याआधी... । ८९

कितीही लावले दिवे तरीही...

आपण घडवलेल्या दंगली आणि रक्तपाताचे संदर्भ
पुसून टाकायचे आहेत त्यांना कायमचे
जुन्या पुस्तकाच्या पानावरचे.
लावायचा आहे स्फोटांना सुरूंग
आणि उखडून टाकायचे आहेत अवशेष
पानावर पसरून राहिलेल्या
भीषण शांततेचे.
सर्वांगाला लागलेले रक्ताचे डाग
धुऊन गंगेच्या पाण्यात
मोकळे व्हायचे आहे करण्यासाठी गोष्टी पारदर्शकतेच्या.

जादूई दुनियेत नेऊन भरभराटीच्या
ते पुसू पाहताहेत जुना अमंगळ इतिहास
त्यांच्या नावावरचा.

किती सोपं असतं आपल्या हातानं मोडलेलं घर
पुन्हा उभारणं नव्यानं,
त्याची रंगरंगोटी करून बुजवून टाकणं
भिंतीला पडलेली भलीमोठी भगदाडं.

पण घराच्या पायात गच्च भरलेली प्रेतं
ओढू लागली घराचे पाय
आणि आली बाहेर जमिनीच्या
तर उसळेल एकच कल्लोळ.
नव्या घराचं होऊन जाईल थंडगार शवागार.
मग कितीही लावले दिवे तरी
नाही उजळणार घराचा दिंडी दरवाजा.
अवकळा आलेल्या घरात बसून लिहिताना इतिहास
कोणत्या रंगात रंगवणार तुमची लेखणी?
उत्तरं सापडत नाहीत अशा प्रश्नांची
पाणी गढुळलं असेल आपणच आपल्या हातांनी तर.

काम अगदी तयारीनिशी करा

काम अगदी तयारीनिशी करा.
प्रथम घराचे वासे काढा
त्यांना वाळवी लागली आहे नव्या विचारांची हे सिद्ध करा.
मग जाळून टाका वाळवी.
जमले तर वाशालाच द्या भडाग्नी.
मग उलथवा एक एक खांब
ताठ उभा असलेला.
भिंतींची काळजी करू नका अजिबात.
त्या उभ्या असतात या खांबांच्याच आधारानं,
त्या आपोआप कोसळत जातील
एका विटेला धक्का लागला तरी.
हळूहळू भुईसपाट होईल घर
विरून जातील आवाज त्यातून ऐकू येणाऱ्या शेतकऱ्याच्या आसूडाचे,
घटनेचे पसायदान होत जाईल मंद.
इतिहासातलं प्रत्येक नाव क्लिशे होऊन जाईल
इतक्या वेळा तुम्हीही वापरा.
मग उभारा तुम्हाला हवे असलेले कळस
उडवा जुनी विमानं आकाशात
स्मृती तर जपायलाच हव्यात तुम्ही आपल्या सनातन संस्कृतीच्या.

मुलांनो मनातल्या गोष्टी उधळत राहा
चहाच्या पेल्यावर तरंगणाऱ्या गरमागरम वाफेवर
ती वाफ आकाशात जाईल आणि पाऊस पडेल
तेव्हा कदाचित त्याला वास असेलही रक्ताचा
पण काळजी करू नका
जिंकायचं असेल तर
रक्त सांडायला लागतंच युद्धात
मग ते या शतकाला मागे वळवून
माजघरातल्या देव्हाऱ्यात बसवण्यासाठी का असेना.

विध्वंसाच्या वेदीवर चढण्याआधी... । ९१

स्वच्छ करा मनाची पाटी
गेल्या शतकातल्या प्रबोधनाच्या विचारांनी भरलेली
आणि गिरवत राहा अक्षरं
पुराणकथांनी भरलेल्या कहाण्यांची.
सांगा गोष्ट साधूवाण्याची,
घाला सत्यनारायण,
पिटाळा बायकांना स्वयंपाकघरात
गुंडाळा त्यांना धाग्यांमध्ये,
सुरू करा अहोरात्र यज्ञ
सोडा समिधा नको असलेल्या लोकांच्या
कोसळलेल्या घराच्या जमिनीवर बांधलेल्या कळसावर
लावा पताका
विजयाची
केशवसुतांची तुतारी फेकून द्या आणि बैठकीला जा.
मुलांनो चांगले संस्कार हा फक्त आपला कॉपीराईट.
पाश्चात्त्यांचे अवकाश आपल्याला नको.
आपण आपल्या आभाळात उगवलेल्या सूर्याला नमस्कार करू
चांदोबाच्या गोष्टी सांगू
आणि विकास करू.
विकासाला हवे धार्मिक अधिष्ठान याची हमी देऊ
जमल्यास विज्ञानाला उलटे उभे करू बाकावर
कान धरून
माफी मागायला लावू त्याला
आपल्या आकाशयानाचे पेटंट वापरले म्हणून.
मुलांनो,
हे शतक तुमचे आहे
त्याला सोन्याच्या दोऱ्यानं मढवून अंगावर घाला
आणि काढा सेल्फी
रोज पाहा स्वतःकडे आणि पटवून द्या स्वतःला
तुम्हीच तारणहार असल्याचे या नव्या जगाचे.

९२ । विध्वंसाच्या वेदीवर चढण्याआधी...

बहावा फुलत जाईल

धुळवड खेळणाऱ्या
मुलांभोवती फिरताहेत अनेक हात
भगव्या, हिरव्या, लाल, निळ्या रंगांचे.
ते चढवतात त्यांना हवा तो रंग मुलांच्या चेहऱ्यावर
ओळखू येत नाहीत आता
मुलांचे खरे चेहरे.

मुलं
होतात हिंस्र
नाचवत राहतात बाहुल्या सोंगाच्या
खेळतात शिमगा,
विकट हसतात मुलं
तेव्हा घाम फुटतो शंकासुरालाही.
मुलांचे आता तयार होताहेत मानवी बॉम्ब
जे फुटू शकतात केव्हाही.
रोखून बंदुकीची नळी
कोणत्याही मेंदूवर
मुलं मारू शकतात आणखी कितीही गांधी
आणि घेऊही शकतात जबाबदारी
आपल्या खात्यात जमा झालेल्या मृत्यूंची.

मुलांच्या चेहऱ्यावर लागलेले रंग
धुतले नाहीत वेळीच
तर मुलांना कळणार नाही
तरारून आलेल्या हिरव्या पिकाचा अर्थ.
निळ्या आकाशात
चितारलेल्या लाल भगव्या छटांचं सौंदर्य
निसटून जाईल त्यांच्या पापण्यातून,

मुलांना धुऊन ठेवायला हवं पुन्हा एकदा
निरंग.
स्वच्छ झाले त्यांचे चेहरे
तर समजूतदार हास्य फुटून त्यांच्या डोळ्यांतून
बहावा फुलत जाईल कदाचित.

९४ । विध्वंसाच्या वेदीवर चढण्याआधी...

आत्महत्येच्या झाडावर

गळ्यातून उमटू नये एकही शब्द म्हणून
आवळून फास
लटकावताहेत मला
आत्महत्येच्या झाडावर.
या दिशाहीन दशकात ओतलं जातं आहे माझ्या घशात
राष्ट्रवादाचं ग्राईपवॉटर
मेंदूच्या आत भरताहेत भुसा हिंसेचा
विकासाच्या बेडक्या फुगवून आखाड्यात उतरलेले लोक
कापताहेत माझी लिहिती बोटं
आणि कोणत्याही फूटपाथवर रेखाटताहेत
माझं थारोळ्यात पडलेलं चित्र.

चित्रातही जिवंत वाटणाऱ्या माझं भय वाटतंय त्यांना.
ते पुनःपुन्हा करतात वार
त्यांच्या संस्कृतीनं हातात सोपवलेल्या तलवारींचा.
मी मुटकुळं करून पडून राहावं
माझ्याभोवती त्यांनी रेखाटलेल्या आकारात
किंवा मलूल
लोंबकळावं मृत्यूच्या फांदीवर
असं वाटत असतं त्यांना.
पण माझ्या कापलेल्या बोटांना फुटलेल्या कोंबानी
व्यापून टाकलं आहे सारं अवकाश.
ते पसरत गेले असेच
तर उगवेल शब्दांचं रान
आणि त्याच्या पल्याड दिसणारा सूर्य
शिंपडेल आश्वासक किरणांचे हजारो थेंब.
आत्महत्येच्या झाडाला फुटेल कोवळी पालवी....

माझ्या मनात सतत वाढत राहतं एक झाड
आकाशाकडे झेपावणारं..

विध्वंसाच्या वेदीवर चढण्याआधी... । ९५

खैरलांजी ते कोपर्डी

खैरलांजी ते कोपर्डी
व्हाया दिल्ली, मुंबई आणि गावा-शहरातला कोणताही सुनसान प्रदेश
फक्त नावं बदलताहेत जागांची.
माझ्या ओल जपलेल्या योनीत
सरकावले जाताहेत सत्तेचे झेंडे
आणि
त्याच्याच मेणबत्त्या करून
काढले जाताहेत मोर्चे.
क्रौर्याचे दाखले देत वाजवताहेत तबकडी बातमीची.

९६ । विध्वंसाच्या वेदीवर चढण्याआधी...

काय असते जात बाईची आणि कोणता असतो धर्म?
बदलतो का वेदनेचा स्तर जात बदलली तर?
शरीराला ओरबाडणाऱ्या चेहऱ्यांवर कसलं असतं समाधान
बाईला भोगल्याचं की जातीला भोगल्याचं?

तुमच्या सत्तास्पर्धेत कायम नागवली गेली बाई
तिच्या शरीरात घुसवल्यात तुमच्या राजकीय महत्त्वाकांक्षा.
खेळलात युद्ध युद्ध आणि हरवले प्रतिस्पर्ध्याला
तिच्या मांड्यांत आपला डाव मांडून.

मातीच्या रंगावर तिचा कस ठरवणाऱ्या माणसाचा
फाळ रुतवून घेतला या जमिनीनं युगानयुगे
गळ्यात अडकवलेल्या मंगळसूत्राच्या साक्षीनं
त्याची नोंद कधीच झाली नाही कुठल्याच बातमीत.

लाखो करोडो लोक जमवलेत तुम्ही धिक्कार करायला
माझी योनी छिन्नविछिन्न करणाऱ्यांचा.
त्या गर्दीत दिसते आहे का कुठं
आतडं कुरतडून टाकणारी माझी वेदना?
ऐकू येते आहे का किंकाळी माझ्या चिमुकल्या गर्भाशयानं फोडलेली?
जाणवतो आहे का मनात ठणकणाऱ्या अपमानाचा ओरखडा?
योनी विस्कटलेल्या मुलींसाठी कोणत्या कोट्यात ठेवणार आरक्षण
माजघरातल्या कोनाड्यात की परसदारच्या आडाच्या खोल तळाशी?

जागा बदलेल रोज मरणाचीही.
गाव शहर एक होऊन जाईल या ग्लोबल गावात
बाई नावाचं एक आदिम प्रॉडक्ट दिसत राहिल
'वापरा आणि फेकून' द्या संस्कृतीत
ती होत राहील रोजची बातमी
विस्कटल्या केसांची
भांबावल्या डोळ्यांची
योनिसंहार थांबवू पाहणाऱ्या हातांची.

विध्वंसाच्या वेदीवर चढण्याआधी... । ९७

स्वतःवरच स्वार झालेली माणसं

स्वतःवरच स्वार झालेली माणसं
निघाली आहेत भरधाव
घेऊन तलवारी.
गच्च भरलेल्या रस्त्यावर वाजणाऱ्या त्यांच्या टापांचा आवाज
छेदत जातो मेंदू आरपार.
मला कळत नाही मी कोणत्या युगात आले आहे नेमकी.
मध्ययुगीन काळातील धर्मयुद्धांच्या नायकांचा
सुळसुळाट झाला आहे अचानक
माझ्या सभोवताली.
वरच्या पट्टीत पोचला आहे आवाज राष्ट्रगीताचा,
माझ्या मनात वाजणाऱ्या सस्यशामलाम् स्वरांची घुसमट वाढत
चाललेली.

९८ । विध्वंसाच्या वेदीवर चढण्याआधी...

आतला आवाज बंद केला जातोय
इतिहासातील गगनभेदी रणशिंगांनी,
वर्तमान जगतो आहे भूतकाळाच्या सावटाखाली.
प्रेतांचा खच पाहून कळवळलेला सम्राट
करुणेच्या शोधात निघताना विसरून गेला होता तलवार या भूमीत
ती हातात घेऊन निघालेल्या स्वारांनी केला आहे उभा
प्रचंड सेट
कलिंगाच्या रणभूमीचा
उडाला आहे खणखणाट हजारो तलवारींचा.

स्त्रियांच्या गर्भातला सर्जनाचा झराही वळवला जातो आहे
रणभूमीच्या दिशेनं.
भरधाव निघालेल्या स्त्रियांच्या पायाखाली अंथरल्या जाताहेत
विध्वंसाच्या पायघड्या
आणि स्वागत केलं जातंय त्यांचं समानतेच्या भव्य मंडपात.

गर्भाशय उद्ध्वस्त होण्याचा काळ येत राहतो अधूनमधून.
आतला भयाण अंधार व्यापून राहतो एखादं पर्व
प्रेतांचा खच पडत राहतो सडा घातलेल्या अंगणात
त्याच्यावर रांगोळी घालून प्रसन्न हसणारी माणसंही
करत राहतात गोष्टी कर्मण्येवाधिकाराच्या ...

मला माहीत आहे तुम्ही सांगत राहाल अशा गोष्टी
मीही ऐकत राहीन त्या निमूट हतबल.
सारून बाजूला एकएक प्रेत
खणत राहीन माझेच थडगे
या अवकळा आलेल्या जमिनीत.
कदाचित सापडेल एखादा झरा
झुळझुळणारा खोल आत
जो होईल जगण्याचा स्रोत
या हिंस्र काळात ठार मरून जाण्याआधी.

विध्वंसाच्या वेदीवर चढण्याआधी... । ९९

माझ्या देशा

माझ्या देशा,
तुझ्यावर असलेलं माझं प्रेम
दाखवायचं आहे मला.
तुला पाठवू का एखादं ग्रीटिंग 'मदर्स डे'ला
की 'फादर्स डे'ला पाठवू?
नेमकं काय लिंग आहे तुझं माझ्या देशा?
तुला माता म्हणू की पिता?
की भाऊ बहीण
की मूलच म्हणू लडिवाळ?

१०० । विध्वंसाच्या वेदीवर चढण्याआधी...

या मातीला गर्भ राहिला स्वातंत्र्याचा अठराशे सत्तावन्नपासून
नव्वद वर्षांनी जन्माला आलास म्हणून वाढवला लाडाकोडात
किती कवनं आणि किती पोवाडे रचले तुझ्यासाठी
पाळण्यात घालताना
निजल्या तान्ह्यावर दृष्टी धरून राहिलो तांब्यांसारखे.
वाटलं धरशील बाळसं, होशील सुदृढ
तर निजूनच राहिलास वय वाढलं तरी.
जरा डोळे उघडून पाहा आजूबाजूला
जयजयकार चाललाय तुझ्या नावाचा
रद्दी वाढत गेली कवितांची तरी आटली नाही माया
तुझ्यावरची.
प्रेम म्हणजे प्रेमच असायला हवं
आणि तेही सगळ्यांचं सेमच असायला हवं
असा हट्ट धरून बसले आहेत लोक.
आई तरी करते का रे सारखीच माया मुलांवर
आणि मुलंही आईवर?
सोडतात की कमावती झाल्यावर तिला
थाटतात आपलं नवं घर
दुसऱ्या एखाद्या संपन्न दाईच्या वळचणीला
तिथं कमावलेला पैसा कधी पाठवतात तुझ्याकडे
आणि तिच्याच कुशीत शिरून तुझ्या नावाचा करतात जयजयकार.
तू एकदा ठरवंच काय करायचं अशा प्रेमाचं ते.
तुझी पोरं हिशेब मागताहेत तुझ्यावरच्या प्रेमाचा
डोक्याला घोडा लावून बंदुकीचा.
'मेरे पास माँ है' असली इमोशल वाक्य ऐकून ऐकून
तयार झालेल्या या पोरांना प्रेमाचा अर्थ समजावून सांगच एकदा
आणि तू कोण आहेस तेही सांग
माझ्या परम प्रिय देशा.

विध्वंसाच्या वेदीवर चढण्याआधी... । १०१

पुस्तकं

पुस्तकं नसतात शोभेची वस्तू
जी ठेवून द्यावीत
काचेपलीकडे मिरवण्यासाठी.
ती वाहू द्यावीत एका हातातून दुसऱ्या हातात
नदीसारखी,
कौलावरून जसे उतरतात पावसाचे थेंब
तशी उतरू द्यावीत डोळ्यांत,
रेंगाळू द्यावीत मनाच्या अनवट वाटांवर.

मात्र कधीही हाताळू नयेत ती
धसमुसळ्या हातांनी
काढू नये सालटी त्यांच्या चेहऱ्यावर पसरलेल्या हास्याची
लक्तरं झालेली पुस्तकं
दिसतात बलात्कार झालेल्या बाईसारखी उद्ध्वस्त.

१०२ । विध्वंसाच्या वेदीवर चढण्याआधी...

पुस्तकांना जपताना जिवापाड
शोषून घ्यावेत श्वासात
मनभर पसरत जाणारे शब्दांचे अर्थ
जे दरवळत असतात पुस्तकांच्या पानांतून
त्यांना सामावून घ्यावे जगण्यात.

पुस्तकाच्या पानापानांत विखुरलेली असतात
हजारो कोडी माणसाच्या मनातली
आणि त्यांतील शब्दांत लपलेल्या असतात हजारो गोष्टी
न सांगितलेल्या
त्या समजून घेतल्या तर पुस्तकं जगतात युगानुयुगे.
केवळ शब्दांचे बुडबुडे सहन नाही होत त्यांना
अशा वेळी ती स्वतःच जातात काळाच्या पडद्याआड
मरून जातात पुस्तकं
जर तुम्ही ओतलं नसेल
तुमचं मन
त्यात उमटलेल्या शब्दांत.

पुस्तकांना बांधू नये करकचून आशय-तंत्राच्या घाटात
आणि ढकलूही नये कोणत्यातरी उतरंडीवर.
जातधर्मवंशभेदाचं लोण पसरलं पुस्तकांत
तर कदाचित होतील युद्धं पुस्तकांतही.

करुणेच्या अथांग आसमंतात लहरणारी पुस्तकं
थांबवत असतात युद्धांना,
सांगत असतात गोष्टी माणसामाणसांतील ओलाव्याच्या.

पुस्तकांना जपावं
गर्भात वाढणाऱ्या लेकरासारखं
हळुवार फिरवावा हात त्यांच्या जावळावरून
आणि कुशीत घेऊन निवांत
लिहावी नव्या सूर्यांची नवी भाषा
त्यांच्या भाळावर.

विध्वंसाच्या वेदीवर चढण्याआधी... । १०३

या अमानुष काळात

एक अमानुष शांतता पसरून राहिली आहे या मूक गर्दीत
कधी धक्का लागेल एखाद्या हाताला आणि खळकन फुटेल एखादं मन
नाही सांगता येत काहीच.
माझा मित्र उभा आहे त्या गर्दीत कधीचा
त्या गर्दीच्या रंगाचा फेटा चढवून काढतोय सेल्फी
मनासारखी.

१०४ । विध्वंसाच्या वेदीवर चढण्याआधी...

त्याची हसरी सेल्फी फिरत राहते ग्रूपवर
आणि त्यासोबत त्याचा चेहऱ्यामागचा चेहराही.
मला भीती वाटते त्या चेहऱ्याची.
चॉकलेटचा तुकडा माझ्या हातावर टेकवणारा,
तोंडाला लागलेल्या कुल्फीच्या थंडगार थेंबाला शोषणारा
माझा छोटासा मित्र
कोणती स्फोटकं घेऊन फिरतो आहे डोक्यात अलीकडे?

तो हरवून गेला या गर्दीत तर परतेल गर्दीचा रंग घेऊन
मग नाही स्पर्श करता येणार त्याला पूर्वीसारखा सहज.
हात लावला तर कदाचित
फुटूनही जाईल खळकन आमच्यातलं अलवार नातं.

गर्दीच्या आत उसळलेल्या विध्वंसाच्या लाटा
ओढून नेण्याआधी त्याला आपल्या सोबत
मला पार करावा लागेल हा उन्मादी समुद्र.
अलगद धरून हाताला घेऊन यावं लागेल त्याला पुन्हा एकदा
माझ्या वर्गातल्या त्या बाकावर.
अगदी शेजारी बसून सांगाव्या लागतील गोष्टी
माणसांचा दगड करणाऱ्या जादूगाराच्या,
त्यांचं रक्त शोषणाऱ्या जिभांच्या,
हरवत जाणाऱ्या नात्यांच्या.

दूर रानात फुललेल्या
करुणेच्या झाडावर बसलेल्या पाखरांचा
फडफडाटही ऐकवावा लागेल त्याला.
माझा मित्र कदाचित सापडेल मला
एखाद्या पाखराच्या किलबिलाटाचा अर्थ जाणून घेताना.
या अमानुष काळातही सोबत राहील तो माझ्या.

विध्वंसाच्या वेदीवर चढण्याआधी... । १०५

भुंगा लागलाय डोक्याला

कमळाच्या पाकळ्यांवर भिरभिरत मध चाखणारा भुंगा
गुणगुणतो आहे केव्हापासून 'फिर भी दिल है हिंदुस्तानी..' हे गीत
त्याला माहीत नसतो राजकपूर
त्याला माहीत नसतो व्ही. शांताराम
आणि त्यांचा 'शेजारी'
किंवा 'जंजीर'मधल्या शेरखानचं जीव लावणं
आपल्या माणसांना.
तो मग्न आपल्यातच
टाकत राहतो सनातन तुपाची धार
कुठल्याही आगीत
भाजून घेतो त्याला हव्या त्या आकारची त्याच्या नावाची भाकरी
पसरतो त्याचे खुरटे काळे पंख
संपूर्ण आकाशावर
सूर्याला झाकण्याच्या आपल्या ताकदीवर
खूश होत.
भुंगा काय करू शकतो जास्तीत जास्त
हे माहीत नसलेल्या लोकांच्या कानात शिरून
तो करतो बंद
आतला आवाज,
आणि सारे मार्ग स्वतःमध्ये शिरण्याचे.
पोखरतो व्यवस्था आणि त्याचा भुगा कपाळावर लावून
देतो गर्जना.
बहिऱ्या झालेल्या माणसांना आपोआप येतं मुकेपण
हे माहीत असतं त्याला.
भुंगा लागला आहे डोक्याला माणसांच्या
आणि माणसांना कळतच नाही कुठून येताहेत आवाज
दारं बंद होण्याचे.

१०६ । विध्वंसाच्या वेदीवर चढण्याआधी...

बेहोश अमलाखाली...

घंटा वाजताहेत भीषण
ढोल-ताशांच्या आवाजात ऐकू येतोय हिंस्र उन्माद
लोक घुमताहेत तालावर बेभान
मिरवणुका निघाल्या आहेत वेदनेच्या
आणि आम्ही बेहोश अमलाखाली संस्कृतीच्या.
मंदिरातील देवांच्या प्रतिमांना तडा गेलेला केव्हाच
टिपेला पोचलेली बेधुंद मदहोशी
धडका देत पडली आहे बाहेर
रस्त्यारस्त्यांवर निघाले आहेत गोपाळ
मुलींची वस्त्र पळवून
वाजवताहेत बासरी.
पालख्या सजताहेत अवेळी.
दारातून निघताना मंदिरांच्या
त्या डोकावतात गाभाऱ्यात;
रिकाम्या उदास घरांचे निःश्वास ऐकताना
भरून येतं त्यांना
आपण कुणाच्या खांद्यावरून निघालो आहोत नेमकं
हे समजत नाही त्यांना.
आत बसलेली संस्कृती पाहत राहते
स्वतःचंच बीभत्स रूप
उतरलेलं रस्त्यारस्त्यांवर
कानाचे पडदे भेदत जाणाऱ्या आवाजात
ओरडणारे भक्त
पळवून नेतील आडरानात
याचं भय वाटत राहतं तिला.

मिरवणुका निघाल्या आहेत वेदनेच्या
आणि आम्ही बेहोश अमलाखाली
करतो आहोत रोज वस्त्रहरण
संस्कृती नावाच्या कलेवराचं.

विध्वंसाच्या वेदीवर चढण्याआधी... । १०७

नकोसा काळ

गोळ्या सुटत चालल्यात
आरपार छेदत
नकोशा माणसांना, गावांना, जातिधर्मांना.
आपल्या आत नांदत असलेल्या टुमदार गावाचं विस्कटणारं रूप पाहून
विदीर्ण झालेलं मन
गोंजारत बसले आहेत कवी.
प्रक्षोभाचे क्षण सजवून शब्दांच्या मखरात
मिरवताहेत फेसबुकच्या पानावर.
किती लोकांनी लाईक केलं आपलं बंड
याच्या कहाण्या सांगताहेत रंगवून रंगवून
आपल्याच आत्म्याला खांदा देताना होणारी वेदना वाटून घेतात
ट्विटरवरून.

या नकोशा काळात मी रुतवून बसले आहे फाळ कोरड्या जमिनीत
कधी भरून येईल आभाळ आणि ओली होईल जमीन
याची वाट पाहते आहे केव्हापासून
शब्द पेरले की पीक उगवेलच कवितेचं याची नाही देता येत खात्री
आणि पावसाचाही नाही पत्ता गेली अनेक वर्षं.
शब्दांचं खुरटं तण माजत चाललेलं चहूकडे आणि
भणाण वाऱ्यावर बसून पोचतं आहे दाही दिशांना.
उजाड शेताच्या बांधावर बसून मी वाट पाहते आहे
अस्सल बियाणाची आणि
पावसाच्या दोनचार थेंबांची.
माती शहारली आतूनबाहेरून तर कदाचित
पेरलेले शब्द तरारून येतील आणि
पसरत जातील दुलईसारखे
रक्तानं माखलेल्या दुखऱ्या जखमांवर.

माणूस होण्याचा इतिहास

संस्कृती नावाचा अजस्र बॅकड्रॉप
लटकवून ठेवला आहे केव्हापासून
त्यावर कोणाकोणाचे ठसे आहेत
याचा तपास घेतला जातोय
भिंग लावून
कुठल्या जमिनीखाली कोणती थडगी पुरलीत

विध्वंसाच्या वेदीवर चढण्याआधी... । १०९

कुणाच्या आक्रमणानंतर कोणाची श्रद्धास्थानं संपली
आणि कोणती उदयाला आली
याचा इतिहास नव्यानं रंगवला जातोय
त्या अवाढव्य पडद्यावर
एकाच रंगात.
माझ्यातल्या चित्रकाराला सापडत नाही
एकही कोरा कोपरा
जिथं पसरता येतील
माझ्या मनात वाहणारे रंग
चितारता येईल माणसाचा माणूस होण्याचा इतिहास.
दाखवता येईल जमीन, पाणी, नदी, जंगलं
आणि
संस्कृतीचा प्रवाही पट.
या पडद्यावर साचत चाललेल्या डबक्यातून
उधळला जातोय
एकच रंग
ज्वालामुखीच्या पोटात दडलेल्या लाव्हाचा;
तो पसरत गेला या कॅनव्हासवर
तर हळूहळू तयार होतील
गडद लाल रंगाच्या हजारो जखमा
ज्या भरून येण्यासाठी
पाहावी लागेल वाट
विस्मरणात गेलेल्या अहिंसेच्या वारशाची.
माझ्यासोबत असलेला अथांग निळा रंग
पसरवला या विस्तीर्ण कॅनव्हासवर
तर कदाचित हाती लागतील
हिरवे लाल गडद रेशमी रंग
जे नांदतील निळ्या अथांग डोळ्यांत
जपलेल्या करुणेसोबत.

११० । विध्वंसाच्या वेदीवर चढण्याआधी...

वाट पाहते आहे केव्हाची

नितळ साधी शुभ्र रांगोळी रेखून
त्यावर दिवा लावण्यासाठी
उभी आहे ती केव्हाची
तिष्ठत.

तिला वाटतं थांबेल बाहेरचा कोलाहल
रंगीबेरंगी झेंडे खांद्यावर वागवून थकलेले लोक
परततील एकमेकांच्या आधाराने;
भुकेला हुसेन खाईल भाकर
केशवच्या शेतात पिकलेल्या जोंधळ्याची
आणि केशव जोजवत राहील हातावर
हुसेनच्या हातातून उतरलेले नक्षीदार मोर
अंगावर लपेटून बसलेल्या पोरीला.

पण काहीच घडत नाही तिला हवं तसं
ना संवाद ना एखादी घटना
फक्त आवाज ऐकू येत राहतात दाराबाहेर
आतल्या आत घडणाऱ्या स्फोटांचे.

ती वाट पाहते त्या दिवसाची
जेव्हा आत दडलेल्या जनावराला रानात सोडून परततील माणसं
आणि थंडावेल त्यांना व्यापून राहिलेला कल्लोळ.
ती वाट पाहते आहे केव्हाची
हातातला दिवा
बाहेरच्या आणि आतल्या अंगणात लावण्याची.

विध्वंसाच्या वेदीवर चढण्याआधी... । १११

सुसह्य होईल जगणं

घनदाट अरण्यात
पोचत नाही सूर्य
केवळ चीत्कार काळोखाचे
भरून राहतात पानापानांत.
मी जगते आहे वेगवेगळ्या काळात एकाच वेळी.
कळत नाही काहीच
कुठे हरवले लोक
माझ्यासोबत असलेले
संपूर्ण प्रवासात.
ते मागे पडले की पुढे गेले?
मी स्वतःहून शिरले या निबिड रानात
की लोटलं मला मागे असलेल्या लोकांनी?

११२ । विध्वंसाच्या वेदीवर चढण्याआधी...

की सोडून गेले मला
पुढे गेलेले माझे गणगोत?

एकट्यानेच तुडवायचा असतो अंधाराचा चिखल
आणि
घडवायची असतात प्रकाशाची शिल्पं
काळ कोणताही असला तरी
हे माहीत आहे मला
तरीही असह्य होतं
हे काळंकुट्ट रण
आणि त्यावर पसरलेलं हिंसेचं सावट.

ही जमीन कधीच नव्हती अहिंसक.
युद्ध युद्ध खेळण्याची सवय लागलेल्या या मातीत
एखादाच होतो विकल
जिंकलेल्या युद्धात हरलेल्या स्वतःला पाहून.
करुणेची ज्योत ओंजळीत घेऊन
फिरतो तो या ग्रहावरच्या माणसांना शहाणं करण्यासाठी.

नरसंहारानंतर अक्राळविक्राळ हसणारी माणसं
आजूबाजूला असण्याच्या काळात
मलाही लावायचा आहे छोटासा दिवा
या घनदाट अरण्यात.
कोणत्या झाडाच्या पानात लपले असतील
शब्द
बुद्धाच्या मुखातून उमटलेले,
ते शोधून काढायला हवं आता
कदाचित त्या शब्दांनी उजळून निघेल
हे सावटलेलं आभाळ
आणि
सुसह्य होईल जगणं
या हिंसक काळातही.

विध्वंसाच्या वेदीवर चढण्याआधी... । ११३

केप ऑफ गुड होप्स

१.

स्मृती जपायला हवी शोषणाची म्हणून
लाल पिवळ्या रंगांनी रंगवल्या आहेत भिंती
गुलामांच्या
आत वाजताहेत पावलं भटकणाऱ्या आकांताची
पाणी वाहतंय घरांच्या वळचणीतून शतकानुशतके
करुण चेहरे दिसत राहतात
गर्द रंगांनी रंगवलेल्या जुन्या भिंतीतून आरपार
आपला क्रॉस ओढून नेताना पाहत राहतात आशेनं
पांढऱ्या शुभ्र रंगाच्या टुमदार घरांत
सुस्तावलेल्या चेहऱ्यांकडे.
बाहेर असलेल्या जगातील प्रकाश
पोचावा आपल्यापर्यंत म्हणून करतात आटोकाट प्रयत्न
पण प्रकाश पोचत नाही आत
आणि बाहेर पडता येत नाही दलदलीच्या
काळ गोठला आहे त्यांच्यासाठी
बाहेर पडलो तरी
असणार नाही रंगापलीकडे पोचणारी
अस्तित्वाची नितळ काळी ओळख

हे माहीत आहे त्यांना
ते होतात रंगीबेरंगी घरांच्या काळ्या सावल्या
आणि पसरून राहतात स्वतःवरच.

२.
रंगांचे ओहळ वाहताहेत शतकानुशतके
या खडकाळ जमिनीतून.
करड्या हिरव्या रंगाचे प्रशस्त पठार आणि
पाठीशी उभे पांढरेशुभ्र पहाड
घेतात अंगावर
परक्या वाऱ्याला.
कुठले कुठले रंग लावून आलेल्या या वाऱ्याला
नको असतो काळ्या मातीचा रंग.
वारा करत राहतो पादाक्रांत
एक एक प्रदेश.
माती सोसत राहते
वाऱ्याचा उच्छाद.
विस्कटत जातात मुळं
त्यावर वाढत गेलेले बुरशीचे पांढरेशुभ्र
वंशवेडे थर
पसरत जातात
आदिम अवशेषांवर.

३.
स्वतःला बाहेर काढून जमिनीच्या
तो शिरला थेट खाऱ्या पाण्याच्या अथांग लाटेत
पाहत राहिला
वळसा घालून निघालेल्या आयुष्याच्या हजारो गलबतांना.
क्षणभर थबकून निघून गेलेली माणसं
कोणत्या माणसांच्या रक्तात शिरली थेट
कुठं गेली नेमकी
कोणत्या प्रदेशात स्थिरावली

विध्वंसाच्या वेदीवर चढण्याआधी... । ११५

कोणावर केलं राज्य
कोणते भूप्रदेश पादाक्रांत केले
कुठं रोवला झेंडा
कुठं उधळला अश्वमेधाचा घोडा
कोणत्या रंगावर गिलावा लागला पांढऱ्या रंगाचा
वंशद्वेषाचे पीक काढताना
कशी केली नांगरणी
कोणतं बी रुजवलं
याचा नाही केला विचार कधीच
स्थितप्रज्ञ आयुष्य जगताना नाही पाहिलं वळून
आपल्या माणसांकडेही
आपल्या जमिनीत रुजत गेलेली काटेरी झुडपं
पसरली गेली काळ्या मातीवर
हेही सुटलंच नजरेतून.
पांढऱ्या करड्या रंगाचे फवारे उडवत रंगवलेली घरं
कधी जमीनदोस्त करत गेली
हिरव्या पानांनी शाकारलेल्या काळ्या घरांना
ते लक्षातही नाही आलं त्याच्या.
माणसं होत गेली केवळ मुखवटे
आणि सजवत राहिली त्यांची घरं.

या भूशिरावर उभं राहतंय
आता
पुरातन संस्कृतीचं वस्तुसंग्रहालय
माणसांचे लोंढे येताहेत पाहायला
समुद्राचा प्रचंड विस्तार आणि
त्यावर वस्तीला आलेलं खारं पाणी.

४.
कसल्या कसल्या आशा आकांक्षा लटकावून स्वतःभोवती
उभं आहे हे भूशिर.

११६ । विध्वंसाच्या वेदीवर चढण्याआधी...

तो माणूस हताश
म्हणतो आहे काहीतरी जगण्याविषयी
वर्णन करताना त्याच्या जन्मभूमीचं.
तो हसतो.
संघर्ष अटळच असतो कुठेही
असं म्हणताना
त्याला दिसत राहते त्याची मुलगी
पायांत घुंगरू घालून भर रस्त्यात
थिरकणारी.
काळ्याकभिन्न पाषाणात उमलून आलेल्या
फुलागत चमकणारा
तिचा कातळकाळा चेहरा
त्याला नाही जोडता येत
चमकदार पांढऱ्या आयुष्याशी
ज्याची सावली पसरून आहे
प्रकाशाची फुलं घेऊन येणारा महात्मा सापडल्यानंतरही.
प्राचीन संस्कृतीचं यथार्थ दर्शन
घडवत राहतो तो टुरिस्टसमोर
मग म्हणतो,
इथले पहाडही पांढरे करडे झाले हळूहळू
पण समुद्राचा निळा-हिरवा रंग सोबत आहे आमच्या
मातीत रुतून राहण्याची धडपड
करताहेत इथली मुलं आणि मुळंही.
हळूहळू सापडेल जुना चेहरा या मातीला
त्या दिवशी कदाचित बदलेल रंग आकाशाचा
काळ्यासावळ्या ढगांनी बरसणाऱ्या पावसाच्या पारंब्यांवर
झोके घ्यायचे दिवस
आजूबाजूला असताना
सोपं जाईल
स्वतःला शोधणं
मुळांच्या सोबतीनं.

विध्वंसाच्या वेदीवर चढण्याआधी... । ११७

आरशातून हरवलेला चेहरा

१.

एक अस्पष्ट हुंदका
ऐकू येत राहतो
त्याच्या झडत चाललेल्या ओठांतून.
शहर चाचपून पाहतंय आपले निकामी अवयव
झिजलेली हाडं आणि सांधे जॅम.
शहराच्या रक्तवाहिन्यांतून
वाहताहेत प्रेतं
त्याच्याच हजारो प्रतिमांची.
माणसं थुंकताहेत त्याच्या तोंडावर रोज
आणि शहर पाहत राहतं असहाय
आरशातून हरवलेल्या आपल्या चेहऱ्याकडे.

२.

घरघर लागली आहे श्वासाला केव्हापासून
आणि चढवलं जातंय रोज नव्यानं व्हेन्टिलेटरवर.
मरणाच्या शय्येवर पडून
शहर पाहतंय रोज नवं स्वप्नं–
'खेळावं आपल्या नसांतून
अरबी समुद्राचं नितळ पाणी
कबुतरांच्या आवाजानं दुखावलेल्या कानांना
ऐकू यावा किलबिलाट हिरव्या पानाआड जगणाऱ्या पक्षांचा
पुन्हा एकदा बरसाव्यात संगमरवरी पावसाच्या धारा
आणि दरवळावा गंध मातीचा आसमंतात...'

शहर बसतं रोज नव्यानं आपल्याच आडोशाला
आणि मरण्याच्या सगळ्या शक्यता गृहीत धरूनही
मागत राहतं दान
आपल्याच आयुष्याचं.

११८ । विध्वंसाच्या वेदीवर चढण्याआधी...

युद्धाच्या कविता

१.
एक नकाशा असतो देश
जो बदलत जातो प्रत्येक युद्धानंतर.

२
जमिनीचा तो तुकडा
भरतो आहे हळूहळू
थडग्यांनी
उद्या कदाचित भरेल हे शहर
आणि परवा सगळा देशही.

३
तिरंग्याचं वाढू लागलंय उत्पादन
कधी गुंडाळले जाताहेत ते
शवावर
तर कधी शिरावर
पगडीबंद आवाज धडाडत फिरतो आहे नाक्यानाक्यावर
त्याच्या डोक्यात देश
सुरक्षित असल्याचं सांगत.

४.
तो म्हणाला
सुरक्षित आहे माझ्या मुठीत हा नकाशा
त्यावरच्या नद्या, पर्वत, जंगलांच्या रेषा
आणि पशुपक्षीही.

विध्वंसाच्या वेदीवर चढण्याआधी... । ११९

माणसं संपत जातील हळूहळू
पण मी काळजी घेईन या रेषा हलणार नाहीत नकाशावरून याची.

५.

कदाचित लोकसभा,
नाहीतर विधानसभा
एका युद्धात एवढे जिंकले तरी खूप झाले

६.

वेषभूषा स्पर्धेत उभा आहे तो मुलगा
सैनिकी पोशाख करून
त्यानं गनही चालवली
आवाज करत तोंडातून.
आवाज वाढत चाललाय चहूबाजूंनी
अशक्य झालंय शांतता राखणं
सीमेवर.

७.

शांततेचं रेशनिंग होतं युद्ध काळात
बायका उभ्या आहेत रेशनच्या रांगेत.

८.

माझ्या मनात चालू आहे युद्ध
हजारो कलेवरं पडली आहेत रणांगणावर
मी शोधते माझं प्रतिबिंब त्यांच्यात
तर काहीच दिसत नाही काळोखाशिवाय.
केवळ पोकळी
अमर्याद
व्यापून राहिलेली साऱ्या अस्तित्वाला.

युद्ध संपण्याची वाट पाहतेय मी.

१२० । विध्वंसाच्या वेदीवर चढण्याआधी...

९.
आभासी जगात खेळलं जातंय रोज नवं युद्ध.
भयाण शांतता पसरली आहे
मनात
युद्ध सुरू होण्याआधीच.

१०.
माणसं उन्मादी
वाजवताहेत ढोल शंभर मारले गेले म्हणून
काढतात रांगोळ्या
सीमेवर घातलेल्या रक्ताच्या सड्यावर
बेचिराख आयुष्याची राख फासून कपाळावर
माणसं वाजवतात शंख
अन्
साजरा करतात जल्लोष
फुलं उधळत प्रेतयात्रेत.

११.
माणसं भेटत नाही एकमेकांना
स्पर्शाची उत्कट ओढ असतानाही
भेटत राहतात डोळ्यांनीच.
सीमा घालून घेतल्यात माणसांनी
स्वतःभोवती.
आणि सीमेवर मात्र
भिडताहेत ते एकमेकांना
घायाळ करण्यासाठी
पुरेसा असतो का एक विषाणू युद्धाचा
जग संपवण्यासाठी?

विध्वंसाच्या वेदीवर चढण्याआधी... । १२१

१२.
डोक्यात होताहेत हजारो स्फोट.
कोणत्या सीमारेषेवर
गस्त घालतंय माझं मस्तक?
आणि कधीपासून?

१३.
त्याला लटकावून आत्महत्येच्या झाडावर
ते फुंकतात शंख सनातन धर्माच्या नावानं
माणसं मरत राहतात
डोक्याला लावलेल्या घोड्याच्या निशाण्यानं.

प्रेतांचे खच वाढत गेले तरी
घुसमटीला फुटतो आवाज
उगवतं एक हिरवं पान
लहरतात शब्दांची फुलपाखरं त्यातल्या अर्थासकट
आणि पसरत जातात वणव्यासारखी
आसमंतात.

१४.
श्वास घेणं कठीण होतं माणसांना
तेव्हा फुंकावं लागतं रणशिंग.
काळ्या मातीला तगून राहण्यासाठी
नांगरावं लागतं स्वतःलाच.
पाऊस पडल्यावर
कदाचित दूर होतील
काजळी चढलेले युद्धाचे ढग आणि
होईल स्वच्छ हवा.
माणसं घेतील श्वास खुल्या आकाशात
असा दिवस उगवू शकतो का युद्धाच्या ढगाआडून?

१२२ । विध्वंसाच्या वेदीवर चढण्याआधी...

मनं मेलेली माणसं

मनं मेलेली माणसं
पाठवतात गुड मॉर्निंगचे मेसेजेस
सणवारांच्या शुभेच्छा
उपहास करणारे किंवा उत्तेजित करणारे विनोद
शेजारच्या घरातला माणूस आत्महत्येच्या झाडावर टांगून घेत असताना,
एखादं गर्भाशय विस्कटत असताना,
खून होत असताना विचारांचा.
मनं मेलेली माणसं
वाहत राहतात प्रवाहाबरोबर

विध्वंसाच्या वेदीवर चढण्याआधी... । १२३

सारंच आलबेल आहे...

हा कसला आक्रोश उसळला आहे दऱ्याखोऱ्यांत
जो पोचत नाही कोणाच्याच कानापर्यंत.
मी पाहत राहते टीव्हीच्या पडद्यावर
निर्मनुष्य रस्ते,
हिरवे डोंगरमाथे,
दबलेले हुंकार पोटात साठवून वाहणाऱ्या नद्या
झाडांना लगडलेले भयचकित सफरचंदी चेहरे...

तरीही मी सांगते स्वतःला
सारंच आलबेल आहे म्हणून.
मग पाहत राहते धुवाधार पावसाचे चोवीस तास प्रक्षेपण.
माणसं पोटात साठवत वाहणाऱ्या पाण्यात

१२४ । विध्वंसाच्या वेदीवर चढण्याआधी...

गुदमरायला लागतात माझे श्वास.
मन भरून येतं तुडुंब.
भरल्या डोळ्यांनी मी बदलते चॅनल
डोकावते पुन्हा एकदा दऱ्याखोऱ्यांत
पण दिसत नाहीत तिथं कोणीच.
चोवीस तास, चोवीस दिवस माणसं असतात गायब
आणि निर्मनुष्य रस्ते फडकवत असतात ध्वज
शांततेचा.
मी समजावते स्वतःला पुन्हा एकदा
ठीकच चाललंय आपलं आणि देशाचंही.
शेवटी देश मोठाच असतो माणसांपेक्षा
आणि आपणही आपल्या आत लपलेल्या माणसापेक्षा.
पण शांततेच्या आवाजानं बसत राहतात कानठळ्या रात्री अपरात्री
जाग येते मधूनच निर्धास्त झोपेतून.
मी शिकून घेते अस्वस्थतेवर मात करण्याचा उपाय.
कानाला हेडफोन लावून ऐकते टिकटॉकवरचं गाणं
सामान्य माणूस असामान्य होत जातानाचा प्रवास
हलवून टाकतो मला.
बाहेरचे आवाज बंद होतात
कोणीतरी 'एक प्यारका नगमा है..' म्हणत असताना.
मी शोधत राहते प्रेमाचं गाणं बाहेरच्या जगात
पण नाही फुटत आवाज कोणालाच.
बहिरी माणसं आपोआपच होत जातात मुकी
होताना दुसऱ्या कोणाचा तरी शब्द.

बाहेरच्या घुसमटून टाकणाऱ्या शांततेत
लपलेली स्फोटकं विखरून पडलीत माझ्या आत.
कधी पेटून उठतील
आणि करतील उद्ध्वस्त
ही शांतता
माहीत नाही.
पण तरीही सारं आलबेल आहे आजूबाजूला...

बाबासाहेब...

कोसळत जाव्यात भिंती आणि उभारलेले तट
म्हणून
जाळलीस तू
विद्वेषाची उधई लागलेली पानं
आणि दिलंस देशाच्या हातात
चवदार तळ्यातल्या नितळ पाण्यासारखं
स्वच्छ नितळ पान.

आमच्या गर्भात लपलेल्या
अर्भकाला अलगद काढायला लावलंस
बाहेर
जातीच्या दुलईतून
आणि रोखलंस आम्हांला
जातीचं प्रवेशद्वार होण्यापासून.
तू दाखवलास आम्हांला
आमच्या हक्काचा पाणवठा
आणि भरायला लावलीस घागर
स्वातंत्र्याच्या गाण्यानं फेसाळणाऱ्या पाण्यानं.
बाईचा मान राखण्याची ताकीद दिलीस
सत्तेच्या माजानं लडबडलेल्या पुरुषाला
आणि
आणलंस तिला
प्रकाशानं भरलेल्या सभामंडपात.

रक्ताचा नाही
पण पाठचा भाऊ झालास प्रत्येक बाईचा.

१२६ । विध्वंसाच्या वेदीवर चढण्याआधी...

बळ देतोस तिच्या हाताला
तेव्हा आपोआपच
पाय मोकळे होतात बेड्यांतून परंपरांच्या
आणि शरीर होतं पिसासारखं
हलकंफुलकं
उडू लागतं आभाळाच्या वर असलेल्या
हक्काच्या अवकाशात.

माणसाचं मन जाणणाऱ्या तुझ्या मनात
वसली सगळी माणसं
तर किती सोपं होईल जगणं
हे सांगायला हवं
संशयाचे पतंग आकाशात उडवून
गोड बोलण्याची सक्ती करणाऱ्या माणसांना.
कदाचित दूर होतील युद्धाचे ढग
आणि होईल आभाळ निरभ्र
त्या दिवसासारखं
ज्या दिवशी ठेवला होतास तू
या देशाच्या हातात
संविधानाचा दिवा.

बाबासाहेब आंबेडकर नावाचं एक सूक्त
मी जपून ठेवलंय माझ्या आत
ते उगवत राहील ओटीपोटातून बाहेर
फुटतील त्याला असंख्य फांद्या
आणि बनेल त्याचा वटवृक्ष
ज्याच्या सावलीत बसल्यावर
वाट्याला येईल साक्षात्काराचा
विलक्षण क्षण.

मी प्रतीक्षेत आहे त्या क्षणाच्या
या कठीण काळात.

स्थलांतर

पाठीवर लादून स्वतःला माणसं चालताहेत न थकता.
सिसिफससारखी.
कोणता डोंगर चढत असतात ती न कंटाळता
ठाऊक नसतं त्यांचं त्यांनाच.
रस्ते तुडुंब भरले होते तेव्हा आणि आताही.
कधी युद्धकैदी बनून चालत राहिले निमूट
तर कधी अपरिहार्यपणे जन्माला आले म्हणून.
संस्कृतीच्या लांबलचक रस्त्यावरून चालताना काय लागलं हाती नेमकं
कोणत्या सुनसान रस्त्यावर भेटला त्यांना त्यांचा अल्ला
परमेश्वर
किंवा गॉड माहीत नाही.
आपापले क्रूस ओढून थकलेले देव
चालत राहिले रस्त्यावरून युगानुयुगे
रणरणत्या उन्हात, पावसात
कडाक्याच्या थंडीत.
करत राहिले स्थलांतर
या प्रदेशातून त्या प्रदेशात
जिवंत राहण्यासाठी.
कधी चाऱ्याच्या शोधात तर कधी पाण्याच्या
कधी समृद्धीच्या
तर कधी संस्कृती वसवता येईल अशा गावाच्या शोधात
जात राहिले या खंडातून त्या खंडात
तेव्हा
पायाच्या चाळणीला कोणतं औषध लावत होते लोक.

१२८ । विध्वंसाच्या वेदीवर चढण्याआधी...

नद्यांच्या काठाशी गावं वसवली आपली,
चिणून स्वतःला भिंतीमध्ये
बांधले विशाल राजवाडे
राजानं मारलं तर कुठे जायचं असा प्रश्न तेव्हाही पडला होता त्यांना.
शतकानुशतके शोधताहेत ते
उत्तर त्या प्रश्नाचं.
आज या नागमोडी उद्ध्वस्त वळणावळणावर
दिसते आहे त्यांची सरपटणारी आशा
जी घेऊन चालली आहे त्यांना भुकेच्या किनाऱ्यापासून दूर
स्वप्नांच्या प्रदेशात.
स्वप्नात शिरताना कदाचित
शिरतीलही ते मृत्यूच्या चक्रव्यूहात
आणि पडताही येणार नाही बाहेर कधीच.
आत जाण्याचा मार्ग दाखवला जातो अभिमन्यूला नेहमीच
बाहेर येण्याच्या मार्गाबद्दल मात्र बोलत नाही कोणताही कृष्ण.
हे सारे उदास, भयाकुल चेहरे निघाले आहेत
अनंताच्या प्रवासाला.
किती वर्षांचा वनवास असणार आहे माहीत नाही त्यांना.
कोणत्या रावणाला हरवल्यावर जिंकणार आहोत आपण
जगण्याचं युद्ध हेही नाही माहीत त्यांना.
जगण्याच्या वाटेवर सतत भेटत राहणारे
वेगवेगळे विषाणू
आणि त्यांच्याशी लढण्यात खर्ची पडणारी ताकद
कोणत्या पेयानं पुन्हा मिळणार आहे
हे नाही सांगितलं कोणीच टीव्हीवरच्या जाहिरातीत.
नेमकं काय रहस्य आहे त्यांच्यात अचानक आलेल्या एनर्जीचं
हेही नाही माहीत त्यांना.
पण तरीही उन्हाच्या आडोशानं चालताना ते देत राहतात
स्वतःला हात
वर काढतात कोणत्याही वेदनेच्या खाईतून आणि चालू लागतात निमूट
संस्कृतीच्या या अवघड मार्गावरून.

विध्वंसाच्या वेदीवर चढण्याआधी... । १२९

मरणयात्रा

चेहरा नसलेल्या माणसांचे लोट उठले आहेत रस्त्यावर
कुठलंच काही न दिसण्याइतपत.
चेहरा हरवलेली माणसं शोधताहेत आपले हात-पाय
हरवलेले ओठ
आणि बधिरलेला मेंदू;

१३० । विध्वंसाच्या वेदीवर चढण्याआधी...

मोजत राहतात पुन्हापुन्हा फुप्फुसांना सांभाळणाऱ्या बरगड्या
समजावत राहतात हृदयाला
सोडताना पोसणारी जमीन.
पुराचं पाणी गेलं नाकातोंडात तर
करायचा असतो कूच वाचवणाऱ्या जमिनीकडे
हे शिकवलेलं असतं त्यांनी जन्मताच स्वतःला.

हरवलेल्या चेहऱ्याची माणसं निघतात
आपली कलेवरं खांद्यावर टाकून
तेव्हा राजा पाहत असतो आपला चेहरा आरशात.
आपला मुकुट बसला आहे ना चपखल
आपल्या डोक्यावर
याचा अंदाज घेत राहतो
मरगळलेल्या लोकांना हलवून पुन्हा पुन्हा.
आपापल्या थंडगार कोशात बसून
चेहरा जपणारी माणसं
पाहत राहतात भुकेनं व्याकुळलेल्या चेहऱ्यांच्या रांगा
टीव्हीच्या स्क्रीनवर
आणि पेटवतात दिवे
आपल्या आयुष्यात प्रकाश यावा म्हणून
करतात शंखनाद आणि सुखावतात;
राजाचा हसरा चेहरा बिघडता कामा नये याची काळजी घेतात.
त्यांना माहीत असतं
हसू विस्कटलेला राजा उघडू शकतो
गॅस चेंबर किंवा
करू शकतो शिरकाण आदेश देऊन दंगलीचे.
लोक करत राहतात
फुलांची उधळण
राजावर,
स्वतःवर
आणि रस्त्यारस्त्यांवर निघालेल्या मरणयात्रांवर.

विध्वंसाच्या वेदीवर चढण्याआधी... । १३१

मरणाच्या रांगेत उभी आहे मी...

अचानक बंद झाल्या सगळ्या वाटा
स्वतःपर्यंत पोचण्याच्या.
बंदिस्त झालंय जग
आपणच तयार केलेल्या बंदीशाळेत.

खिडक्यांच्या गजाआडून पाहत असते मी
निर्मनुष्य रस्त्यांवर
तेव्हा
पाहत असतात माझ्याकडे दूर कुठल्यातरी खिडकीतली माणसं.
गुन्हा नसतानाही फाशीची शिक्षा सुनावलेल्या कैद्यासारखी दिसतात ती.
ती शोधताहेत केव्हापासून त्यांचं हरवलेलं जग
जिथं नव्हती भीती मृत्यूची
होतं केवळ जगण्याचं कुतूहल आणि ते कवेत घेण्याची अनिवार ओढ.

निघावी गाडी सुसाट
हमरस्त्यावरून
तसं निघालेलं आयुष्य
थांबलंय अचानक ब्रेक लागल्यासारखं.
नक्की कोणत्या बोगद्यात अडकलो आहोत आपण

१३२ । विध्वंसाच्या वेदीवर चढण्याआधी...

ते कळत नाही माणसांना.
कुठं उघडतं नेमकं
अंधार पसरलेल्या बोगद्याचं दार
याचा लागत नाही थांग.
अडकली आहेत माणसं
प्रचंड ट्रॅफिकमध्ये
आणि कळत नाही त्यांना
किती दिवस लागणार आहेत
मार्ग मोकळे व्हायला.
काय चाललं आहे नेमकं
या अंधाराच्या पलीकडच्या जगात
हे पाहायचं असतं त्यांना मोबाइल उघडून तर
रेंजच गेलेली कायमची.
अचानक दाटून आलेलं हे मळभ
जाईल का गाडीची दारं वाजवून किंवा
डोळ्यांचे दिवे लावून
याचा अंदाज घेत राहतात ती
पण दिसत नाही काहीच.
माणसं सैरभैर
येऊ पाहतात दार उघडून
जगण्याच्या कक्षेत.
बाहेर पसरलेला ओल्या हवेचा गंध
साठवू पाहतात श्वासात.
पण मरणाच्या गंधानं थरथरतात नाकपुड्या
दाटून येतो घशाशी उमाळा
छातीच्या सापळ्यांतून वाजायला लागते मोडलेली मुरली.

माणसं परतात पुन्हा आपल्या कोंडवाड्यात.
त्यांना सांगितलं जातंय सतत
प्रदूषणाची पातळी कमी झाली आहे बाहेर
पसरली आहे स्वच्छ निर्मळ हवा
तरीही तुम्ही सुरक्षित आहात कोंडवाड्यातच.

माणसं शोधायला लागतात सुरक्षिततेचे असंख्य उपाय.
डाऊनलोड करतात आरोग्याची माहिती
वेदकालीन औषधं आणि आजीचा बटवा.
जुन्या ट्रंका उघडून काढतात बाहेर
विसरून गेलेली पुस्तकं,
सागरगोटे आणि सापशिडी
बुद्धिबळाचा पट
आणि काय काय.
माणसं रमायला लागतात शब्दांत आणि स्वतःतही.
स्वतःला बंद करून घेण्याच्या या काळात
काही माणसं सापडतात स्वतःला
तर काही हरवून जातात जगण्यातूनच.

डोळ्यांच्या कडांना दाटून येणारं पाणी नेमकं कुठून आलं
या कोरड्या आयुष्यात
पावसाळ्यांचे प्रदेश सोडताना साठून राहिलं होतं का ते
डोळ्यांच्या कोरड्या कपारीत?
माणसांनी सोडलेला तो हिरवा प्रदेश दिसतो आहे मला
माझ्या खिडकीच्या चौकटीतून
गवताच्या ओलेत्या पात्यांवर भिरभिरताहेत फुलपाखरं
दंगा करताहेत प्राणी अन् पक्षी
नदी वाहते आहे उल्हासून स्वच्छ नितळ.
मी पाहत राहते माझ्या पिंजऱ्यातून
दूरवर दिसणाऱ्या त्या कोवळ्या प्रकाशाकडे
आकाशावर उमटलेल्या रंगीत फटकाऱ्यांकडे
हातातून निसटून जात असलेल्या
माझ्याच आयुष्याकडे
मरणाच्या रांगेत उभ्या असलेल्या माझ्याकडे
सरणावर चढणाऱ्या माझ्याच मरणाकडे.
मी पाहत राहते
भल्या मोठ्या बराकीच्या खिडकीत
बंदिस्त असलेल्या माझ्याच अवशेषांकडे.

१३४ । विध्वंसाच्या वेदीवर चढण्याआधी...

शहर

शरीरातल्या पेशी
मरून जाव्यात एक एक करत
आणि
उरावे रिकामे गल्लीबोळ तसं झालं आहे या शहरांचं.
वळचणीला बसून श्वास घेणारी माणसं श्वास घेईनाशी झालीत
या हवेत.
ठासून भरले आहेत बार विषाणूंचे
आणि केव्हाही फुटून उडतील चिंधड्या शरीराच्या
या विचारानं घाबरलेल्या माणसांना
अचानक आठवायला लागले आहेत
खेड्याकडे चला म्हणणारे महात्म्याचे शब्द.
माणसं आली होती गाठोडी घेऊन एक एक करत.
रमत गेली इथं
वाढली त्यांची मुलंबाळ या शहराच्या अंगाखांद्यावर.
शहरानंही सांभाळलं पोटच्या पोराप्रमाणे साऱ्यांना.
आणि आता निघाली आहेत सारीच सोडून त्याला एकटं
या विषाणूच्या विळख्यात.
शहराला श्वास लागला होता केव्हाचा
नाकातोंडात पाणी शिरलं होतं कित्येक वर्षांपासून
शहराची फुप्फुसं तर कायमची निकामी झाली होती.
व्हेंटिलेटरवर होतं शहर कित्येक वर्षं.
या व्याधिग्रस्त शहराच्या शरीरात शिरला हा विषाणू
तर मरून जाईल का हे शहर कायमचं?

विध्वंसाच्या वेदीवर चढण्याआधी... । १३५

भय दाटून आलेला काळ

भय दाटून आलेल्या काळात
माणसं अस्वस्थ
घालताहेत येरझरा घराच्या चौकटीत.
शहारतात आतून बाहेरून
काय काय गमावू शकतो आपण याचा विचार करताना.
आपले आप्त आहेत अजूनही संपर्काच्या कक्षेत
कदाचित उद्या ते पुरले जातील
कोणत्यातरी गटारातील शवपेटीत
किंवा जाळले जातील
हारीनं रचलेल्या शवांच्याच सरणावर
किंवा दिसतील तरंगताना
नदीच्या पाण्यावर पेटलेल्या दिव्यांसारखे
आणि आपण असणार नाही स्वतःजवळही
शेवटचा श्वास गळ्यात अडकताना.

भय दाटून आलेल्या या काळात
शक्यताच संपणार आहेत जगण्याच्या
की मरणावर थुंकून उभी राहतील माणसं
पुन्हा एकदा कोवळ्या पालवीच्या
सळसळत्या सोबतीनं?

१३६ । विध्वंसाच्या वेदीवर चढण्याआधी...

भिंत

ही भिंत उभी आहे इथं
आदिम काळापासून.
त्यावर उमटले आहेत
गुहेतले हुंकार,
जनावरांचे चीत्कार,
पसरले आहेत
शिकारीचं सावज पकडण्यासाठी रचलेले सापळे,
पहाडांवर लागलेले वणवे,
थरथरत जोडलेले हात

कुणा अदृश्य शक्तीसमोर;
वरूणाला घातलेली साद
आणि तरारून आलेलं पीक
या भिंतीवरच सळसळताना पाहिलं होतं लोकांनी.

पुढे किती हात फिरले या भिंतीवरून
रानटीपण जाऊन माणूसपण येण्याचा
प्रवास रेखला या भिंतीवर कलात्मक हातांनी.
काहींनी रेखल्या रांगोळ्या शब्दांच्या
सूर उमटले महाकाव्याचे
सांगितल्या कहाण्या रामकृष्णाच्या
अग्निदिव्य अन् वस्त्रहरण या भिंतीच्या मध्यावरच
तर सादर केले.
जे आजही नाही पुसता आले कोणालाच.
किती नेमका उमटला होता द्रौपदीचा उद्गार
किती नेमकी उभी राहिली धरणी आपलीशी करणारी सीता
हळूहळू उमटल्या कहाण्या सुखाच्या, दुःखाच्या
युद्ध आणि आक्रमणाच्या.
रक्तरंजित इतिहासाच्या.
आलेल्या प्रत्येक हातानं चितारली आपली कहाणी
आपली संस्कृती.
चितारले हात
अल्लाची प्रार्थना करणारे
क्रॉसवरून हताश लोंबकळणारे
येशूचे हातही दिसत होते मध्यभागी.
पर्वत उचलून घेणारी कृष्णाची करंगळी
अन् हनुमानाचा हातही रंगवला होता कोणीतरी आधीपासूनच.

गच्च भरली होती भिंत
ताजमहाल, कुतुबमिनार, अजिंठाच्या गुंफा
आणि खजुराहोच्या शिल्पाच्या अनवट ठशांनी.
अगणित राजवटींच्या लकेरी उमटल्या होत्या त्या भिंतीवर

१३८ । विध्वंसाच्या वेदीवर चढण्याआधी...

उभी राहिली होती हजारो शिल्पं अन् वास्तू
सुफी प्रार्थनांसोबत विराजले होते कबीराचे दोहे अन् संतांचे अभंग
नानकाचा ग्रंथसाहिबा वाचला जात होता नामदेवाच्या सोबत
चोख्याच्या जोडीने गात होता सावता आणि गोरोबाकाका
भिंत भरली होती माणसांनी, त्यांच्या मनात दाटलेल्या अपार प्रेमानं.
त्यावर कोणीतरी रेखली होती
गळ्यात बांधलेल्या मडक्यात
आयुष्य थुंकणाऱ्या माणसाची
आजीव वेदना
जात्यातून सांडणारी बाईच्या जन्माची भरड.
काय काय रंगवलं या बोटांनी.
विस्तीर्ण पट जगण्याचा
खळाळत
वाहत राहिला अविरत.

आज अचानक
पसरत गेला उन्मादी काळोख या भिंतीवर
नको असलेल्या चित्रांच्या मधोमध ओढली आहे
रेषा टोकदार
दिसेनासे झाले भिंतीवर चितारलेले प्रेमाचे धागे
चित्र उसवून टाकणाऱ्या माणसांची गर्दी उसळली आहे भिंतीच्या
कॅनव्हासवर.

चित्रकाराला रेखाटायचा आहे त्याच्यातला माणूस.
पण भिंतीच्या अवकाशावर तरंगतं आहे
त्याचंच कलेवर.
चित्रकार काढतो त्याच्या संपण्याचं चित्र
सुकत चाललेल्या ओल्या रंगांनं.
चार खांद्यावर चालणारी त्याची प्रेतयात्रा
रंगवतो मनापासून.
भिंत भरत चालली आहे
हळव्या मनांच्या हजारो प्रेतयात्रांनी...

विध्वंसाच्या वेदीवर चढण्याआधी...

हे कुठलं कुरूक्षेत्र आहे
जिथं कापलं जातंय मला असंख्य तुकड्यांत?
जगण्याच्या कोणत्याच अक्षाशी भिडू नये माझा अक्ष
असं काय घडतं आहे नेमकं?

आपोआप विस्कटत गेलं चार भिंतीतलं आश्वस्त घर
की मीच मोडला डाव माझ्या हातानं?

१४० । विध्वंसाच्या वेदीवर चढण्याआधी...

किती वर्षं झाली जन्माला येऊन आठवत नाही आता
पण माझ्या बापाच्या गरिबीची गोष्ट
चिटकून राहिली
जगण्याला.

तिनं हिसकावून घेतला
माझ्या कपाळावर लकाकणारा अमरत्वाचा खडा
तेव्हापासून भटकतो आहे
या आसमंतात
त्रस्त समंधासारखा
एक मिथक होऊन अस्वस्थतेचं.
वाहतो आहे युगानुयुगे या जमिनीतून
रक्ताचे ओहळ बनून.
माझ्यात धगधगणारा सुडाग्नी
बनला कारण अनेक युद्धांचा;
कलिंग, पानिपत, फाळणी, बाबरी, गोध्रा...
माणसं मरत गेली आणि सुटली या जंजाळातून
मी मात्र मोजत राहिलो
मेलेल्या लोकांचे चेहरे आणि सांगाडे.
आकडे बदलत गेले मृतांचे
कधी युद्धात तर कधी दंगली, स्फोटांमध्ये.

या जमिनीला चटक तर नाही ना लागली माणसं खाण्याची?
कशानं विझते हिची तहान
रक्तानं की पावसाच्या अलवार स्पर्शानं?
कळेनासं झालं आहे सारंच.
कसली लालसा आहे ही

विध्वंसाच्या वेदीवर चढण्याआधी... । १४१

सत्तेची
जी होती माझ्या बापामध्ये
होती माझ्यातही
कसली आग आहे ही सुडाची
जी चेतवली द्रुपदानं अन् द्रौपदीनं.

मरणाच्या छतावर बसून मी पाहतो आहे जगाकडे
त्यातील माणसांकडे.
काहीच बदललं नाही एवढ्या वर्षांत :
कर्मण्येवाधिकारस्य म्हणत केलेली आध्यात्मिक हिंसा
तेच पेच तेच तिढे
तीच वासना तीच भूक
प्रत्येक शतकात तेच ते.
कुठंतरी जन्मत होता
गौतम बुद्ध, कबीर
एखादा ज्ञानदेव, तुकाराम, गांधी
मागत होता
करुणेची, अहिंसेची, सौहार्दाची
किंवा जगाला अर्पिता येईल अशा प्रेमाची भीक
बाकी सारे खेळत राहिले
अडीच घरातून थेट वजिरापर्यंत पोचण्याचे खेळ
तिरक्या चालीनं.
उडवत राहिले वाटेतल्या किरकोळ प्याद्यांना.

यांच्या डीएनएमध्ये रूतून बसलो आहे मी
केव्हापासून
आणि पत्ताच नाही यांना!
ते बसले आहेत
हातात रिमोट घेऊन सुखाचा.
चलच्चित्राच्या बाहेरच्या जगात
होताहेत कर्णकर्कश विस्फोटाचे आवाज
आणि हे मात्र काममग्न

१४२ । विध्वंसाच्या वेदीवर चढण्याआधी...

घालत राहतात जन्माला
जुनाच इतिहास पुन:पुन्हा.
झुलत राहतात आनंदानं
स्वतःला जोजवत या ग्लोबल पाळण्यात.

स्वतःवरच खूश असलेली माणसं
पिंगा घालताहेत स्वतःभोवती
तो माणूस उंचावून आपले कॉर्पोरेट हात
मागतो आरक्षण समस्त जातीसाठी.
तो प्रवक्ता किंचाळतो आहे केव्हाचा
सांगतो आहे डाव्या आणि उजव्या हातातला फरक
उगारतो आपलाच डावा हात आपल्याच उजव्यावर
आणि मग उभा राहतो दोन्ही हातांची घडी घालून.
ती बाई गोष्टी सांगते
शोषणाच्या
आणि जाऊन बसते आपल्या मनोऱ्यात
मधूनच मारते रेघोट्या वळणदार शब्दांच्या,
पसरवते सुगंध सभोवताली
जागतिक पडद्यावर जाऊ पाहणाऱ्या आपल्या छबीची
दृष्ट काढते फेसबुकवरून.
पुस्तकांच्या शेल्फवरच्या फ्रेममध्ये
भरून
हास्य आणि वेदना यांच्या व्हरायटीज
ती घोषणा करते टोटल डिझॅस्टरची.
तो कवी रोज लिहितो कविता
महानगरातील निरर्थक वेदनेची
गावाला लागलेल्या ग्लोबल आगीची
फिरवतो तिला सगळ्या साईटसवरून.
आसुसून पाहतो आलेले लाइक्स
पोचतो देश-परदेशांतील कविसंमेलनात
आणि थुंकत राहतो इथल्या वारशावर.
ती मुलं खेळताहेत खेळ नेमबाजीचा.

विध्वंसाच्या वेदीवर चढण्याआधी... | १४३

नेमकी कोणत्या मेंदूत घुसवायची गोळी
याचा करताहेत
सराव.
तयार करताहेत तोरणं
कापलेल्या अंगठ्यांची
या देशाच्या प्रवेशद्वारावर लावण्यासाठी.
त्या बायका बांधताहेत मंतरलेले दोरे
पुरुषांच्या हातांना
आणि त्याचाच फास करून
पुरुष लटकावताहेत बायकांना दहीहंडीच्या मडक्यासोबत.

तो मोर्चा निघालाय तिकडे
शोषणाविरोधाच्या कायद्याविरोधात
दुसरा मोर्चा
बायकांनी केलेल्या अत्याचाराविरोधात
तिसरा त्याच्या विरोधात
चौथा स्वतःच्याच विरोधात.

तहान भागत नाही कोणाचीच सगळं मिळूनही.
माझीही नव्हतीच की भागली.
किती दशकं, किती शतकं
किती युगं
फिरतो आहे मी
माझ्या आत उसळलेल्या तृष्णेला
विझवू शकेल
अशा पाण्याच्या शोधात.
कुठं मिळत असेल असं पाणी?
ढगांनी भरलेल्या आभाळातून ओसंडून वाहतं ते
की समुद्राच्या खाऱ्या चवीतून उगवतं ते?
जमिनीवरच्या झुळझुळणाऱ्या झऱ्यांतून झिरपतं का ते
की पोहऱ्यातून वर येतं ते
एखाद्या विहिरीच्या तळाला ढवळत?

१४४ । विध्वंसाच्या वेदीवर चढण्याआधी...

काळ्या रंगाचा खोल खड्डा
पडला आहे या पृथ्वीवर
त्या खोल विवरात
असेल का कुठं तहान भागवणारा गोड झरा?
की ब्लॅकहोल म्हणजे केवळ पोकळी आहे
आणि आभास सुखाचा
ज्यात तरंगताहेत माझ्या मनाचे असंख्य तुकडे
आणि जगताहेत वेगवेगळ्या ग्रहांवर एकाच काळात?

मला पडताहेत स्वप्न जगाच्या अंताची.
मध्येच जाग येते स्वप्नातून
तेव्हा
विकासपुरुष मुख्य सेवक बनून
उभा राहतो माझ्यासमोर
ठेवतो हजारो जाहिरातींची एक गुंडाळी माझ्या हातात
आणि काढतो सेल्फी.
मेडिसन स्क्वेअरवर उभा राहून सांगतो सगळ्यांना,
'अश्वत्थामा आला होता माझ्या दारात.
मागत होता घोटभर दूध आणि
एक थेंब तेलाचा
मी राखून ठेवल्यात साऱ्या गाई
केवळ त्याच्यासाठी,
तुम्हीही मागा हवं ते
हजारो स्वप्नं आहेत माझ्या पोतडीत.'

आपली पोतडी उलटी करून हसला तो
तेव्हा लोकांच्या डोळ्यांना सुखाच्या धारा लागलेल्या पाहिल्या मी.
मग परतलो पुन्हा एकदा स्वप्नात.
माझ्या लसलसत्या जिव्हा
फुत्कारताहेत केव्हापासून
या काळावर
त्यांना शांत करण्याचं कोणतंच औषध नाही या फिरस्त्याकडे.

विध्वंसाच्या वेदीवर चढण्याआधी... । १४५

मला पडताहेत रोज स्वप्नं
माणसं मरून पडलेल्या रेताड जमिनीची
त्यांच्यात श्वास फुंकता येईल का त्याला?
मी हरवून गेलो आहे स्वतःतून
सापडत नाही
या आसमंतात विखुरलेल्या
माझ्या अस्तित्वात
ते गोळा करून एकत्र
देता येईल का सांधून?
माझ्या अविरत वाहणाऱ्या सुडाच्या या जखमेवर
कशी फुंकर घालणार आहे तो
जर त्यालाच जडला असेल रोग
हिंसेचा?
त्याच्याच मनाचा तळ गढुळलेला असताना
कशासाठी सांगतो आहे तो मनातल्या गोष्टी
ज्या बाहेर पडल्यावर
सावटणार असेल निरभ्र आकाश तर?

माणसं खेळताहेत युद्ध युद्ध आदिम काळापासून,
शोषणाचा समृद्ध इतिहास आहे आपला
तरीही करता आहात तुम्ही शांततेची बोलणी
बुद्धापासून गांधीपर्यंतचा अहिंसेचा प्रवास
असा मधूनच का थांबतो आणि शिरतो
घनदाट अरण्यात हिंसेच्या?
हा प्रश्न सतावतो आहे केव्हापासून.
की हिंसा भिनली आहे आपल्या रक्तात?
अहिंसेचा उतारा देणारे
जन्मतात शेकडो वर्षांच्या अंतरानं
त्यांचा आवाज पोचत नाही
बहिरेपण आलेल्या या जगात.
कदाचित म्हणूनच
समुद्राच्या तळाशी वसलेल्या शांततेविषयी बोलत राहतात हे लोक.

१४६ । विध्वंसाच्या वेदीवर चढण्याआधी...

त्यांना नाही करत अस्वस्थ बाहेर उसळलेला
लाटांचा कल्लोळ.

मी विसरायला हवं होतं
अभावाचं जगणं,
विसरायला हवा होता कपाळावर पडलेला खोल खड्डा.
भळभळणारी जखम कुरवाळत बसल्यानं
आज सगळीकडेच उगवून आले आहेत
हजारो अश्वत्थामे.
त्यांचं काय करायचं नेमकं
ते समजेनासं झालं आहे
गर्दी वापरणाऱ्या हातांना.
त्यांच्या हाताचं झालं आहे
काटेरी झाड
लगडल्या आहेत त्याला हजारो किंकाळ्या
ज्या व्यापून राहिल्या आहेत सारं जगणं.
वेदनेला समांतर हा कल्लोळ
घडवून आणेल रोज नवं महाभारत
पात्र बदलतील प्रत्येक काळात
अश्वत्थामा मात्र तोच असेल
अमरत्वाचा पट्टा फिरवत उभा असेल कोणत्याही गर्दीत
आणि तुम्ही शोधत राहाल स्वतःचं प्रतिबिंब
त्याच्या डोळ्यांत.
त्याच्या जखमेत शोधत राहाल स्वतःची जखम.
जखमा वाढत जाण्याच्या या काळात
मी उगवून येतो आहे
प्रत्येकाच्या डोळ्यांत
वेदनेचे चिरंतन तुकडे होऊन.

कसली भयाण शांतता पसरली आहे सभोवताली!
आवाज पोचला आहे टिपेला
या शांततेचाच.

विध्वंसाच्या वेदीवर चढण्याआधी... । १४७

ऐकू येत नाही कोणालाच कोणाचा आवाज.
जाणवत नाही लाटांची अस्वस्थ हालचाल
उगवत नाही मनाच्या बांधावर करुणेचं रोपटं
गोठलेले शब्द अर्थांसकट
ग्लासात टाकून कवी घेताहेत घोट
आपल्याच प्रतिभेचा.

नेमका कसला रचला होता आदिबंध
व्यासांनी
कुठल्या बाजूला उभे होते ते नेमके.
की ठरवता येत नव्हतं त्यांना काहीच.
म्हणून कर्णाला ठेवला का इकडच्या बाजूला?
दुर्योधनाच्या आत दडवून ठेवला होता का खळाळता झरा?
त्यांच्या नकळत करत राहिले का ते अधोरेखित
धर्माच्या मनात लपलेला अधर्म?

तसा प्रत्येक काळ कठीणच असतो कवीसाठी.
न्याय करताना होणारी त्याची दमछाक
पाहत आलो आहे मी
माझ्या काळापासून.
त्यांना नव्हतं का कळलं
कुठं पोचवायचं मला हे?
म्हणून विसरून गेले का मला
त्या शेकडो पात्रांच्या गर्दीत?
जत्रेत हरवून जावं पोर आणि सापडू नये कधीच
असंही झालं असेल कदाचित.
आणि ते पोर भटकत राहिलं
शोधत त्याच्या निर्मात्याला.
वणवणतं राहिलं ते काळाचा एक एक स्तर पार करत
पण सापडलं नाही कोणीच.
सारेच विसावले आपापल्या थडग्यात
पोचले मृत्यूच्या पांढ्या काळ्या दारांवर.

१४८ । विध्वंसाच्या वेदीवर चढण्याआधी...

तुम्ही पोचवलं प्रत्येक पात्राला मृत्यूच्या वेगवेगळ्या दालनात.
संपवलात एका सूडनाट्याचा प्रवास.
तेव्हा
मी नेमका कुठे हरवलो होतो?
आठवतंय का काही?

आपण सुरू केलेल्या खेळाचा अंत
आपणच करायचा असतो हे माहीत असतं कवीला.
तुम्ही केलातही शेवट तुम्हांला हवा तसा.
पण या निसटून गेलेल्या पात्राचं प्राक्तन
लिहायचं राहून गेलं तुमच्याकडून.

विस्मृतीचा रोग जडलाय सगळ्यांनाच
निसटू नये एखादं पात्र
आणि हरवू नये बाहेरच्या कल्लोळात
माझ्यासारखं
म्हणून आज बंद केली आहेत सगळ्या कवींनी
सारी दारं त्यांच्या घरांची.
कुठंही राहू नये एखादी फट म्हणून दक्षता घेत
उतरवताहेत ते शब्द
वहीच्या पानावर.
एखाद्या परिपूर्ण महाकाव्याचा जन्म होईलही
आता
फक्त पोचणार नाही आवाज त्यांच्यापर्यंत
बाहेर उसळलेल्या हिंसेचा.

कुरुक्षेत्र तयार होत असतंच प्रत्येक काळात;
कधी बाणांचा वर्षाव
कधी तलवारींचा खणखणाट
कधी बंदुकीच्या फैरी
कधी विस्फोट अणुरेणूंचे

विध्वंसाच्या वेदीवर चढण्याआधी... । १४९

कधी द्वेषाचे महासागर
धडकतात चहूबाजूंनी
कापली जातात माणसं असंख्य तुकड्यांत
नाही भिडत कोणत्याही अक्षाशी त्यांचाही अक्ष.

हे लिहिणाऱ्या हातांनो
उघडा सारी दारं महाकाव्य संपण्याआधी
आत घ्या मला
सोडा मला शब्दांच्या पसाऱ्यात
सापडू दे मला माझी आई, माझा बाप
होऊ देत शांत माझ्यातली ईर्षा.
विझू देत सुडाग्नी.

कदाचित तुमच्या दारातच मिळेल मला मुक्ती
फक्त
होऊ देऊ नका तुमचा असाहाय्य धृतराष्ट्र,
हताश पितामह,
निराश विदुर
तुमच्या बुद्धाची भेट घडवून आणा आमच्या कृष्णाशी.

कदाचित मी सांधू शकेन माझ्यातल्या माणसाला.
जोडेन तुकडे अहिंसेचे
आणि शिवेन गोधडी उबदार
ज्यातून जाणवेल आईचा उबदार स्पर्श
तिनं कालवलेल्या पिठाला
चव येईल दुधाची
विसरेन अभावाचं जगणं.

लिहित्या हातांनो
मुक्ती द्या मला
विध्वंसाच्या वेदीवर चढण्याआधी
मुक्ती द्या.

१५० । विध्वंसाच्या वेदीवर चढण्याआधी...

www.ingramcontent.com/pod-product-compliance
Lightning Source LLC
LaVergne TN
LVHW090055230825
819400LV00032B/733
* 9 7 8 8 1 9 5 5 1 2 7 2 0 *